HARAKATI ZA JORAM KIANGO

Nyuma ya Mapazia

Simulizi Sisimka

HARAKATI ZA JORAM KIANGO

Nyuma ya Mapazia

Ben R. Mtobwa

Nairobi • Kampala • Dar es Salaam • Kigali

Kimetolewa na
East African Educational Publishers Ltd.
Elgeyo Marakwet Close, off Elgeyo Marakwet Road,
Kilimani, Nairobi
S. L. P 45314, Nairobi – 00100, KENYA
Simu: +254 20 2324760
Rununu: +254 722 205661 / 722 207216 / 733 677716 / 734 652012
Barua pepe: eaep@eastafricanpublishers.com
Tovuti: www.eastafricanpublishers.com

Shirika la East African Educational Publishers lina uwakilisho katika nchi za
Uganda, Tanzania, Rwanda, Malawi, Zambia, Botswana na Sudan Kusini.

Kilichapishwa mara ya kwanza na Heko Publishers 1984
Toleo hili na EAEP 2018

ISBN 978-9966-56-155-8

Sura ya Kwanza

●🜚•🜚•🜚●

$\mathbf{K}$ama kawaida taarifa ya habari ilianza kwa kauli ya Mwalimu Nyerere, Baba wa Taifa, aliponukuliwa na vyombo vya habari akisema, "Sio dhambi, kutokana na upepo wa dunia unavyokwenda, kujadili uwezekano wa kuanzisha vyama vingi nchini."

Wakati huo Muungano wa Jamhuri za Kisoshalisti wa nchi za Soviet ulikuwa umekwishasambaratika na ndoto za kujenga ukomunisti katika nchi hizo kuporomoka. Hali kadhalika, wananchi wa Ujerumani Mashariki walikuwa tayari wamekata tamaa na kujiunga na wenzao wa Magharibi. Uchina nayo ilikuwa imeanza kuipa kisogo siasa hiyo. Cuba ilikuwa ikitapatapa kiuchumi na kadhalika. Ilikuwa dhahiri kuwa Tanzania isingejidanganya kuwa ingeendelea na ndoto zake za kujenga Ujamaa chini ya chama kimoja cha siasa. Mfupa uliomshinda fisi nyau ataufanya nini?

Kuporomoka kwa ndoto za akina Karl Marx na Vlodmir Ilyich Lenin kuliambatana na kufikia kwa vile vita baridi vilivyodumu nusu karne, kati ya Mashariki na Magharibi, vita ambavyo, kwa namna moja au nyingine, vilikuwa na manufaa yake kwa nchi changa na masikini kama Tanzania. Hivyo, kuendelea kupoa kwake ni sababu nyingine iliyoisogeza Tanzania kwenye demokrasia ya vyama vingi.

Kauli ya Nyerere ilikuwa habari kubwa. Na ilipokelewa kwa hisia tofauti. Wako watu ambao hawakuyaamini masikio yao na wako watu walioichukulia kama mzaha mwingine. Pamoja na ukweli kuwa, licha nchi za Ulaya Mashariki, vilevile nchi jirani kama vile Kenya na Zambia tayari zilikuwa zimeingia kwenye mfumo wa vyama vingi na kuendesha uchaguzi kwa misingi hiyo; bado ulikuwa mpya kwa Tanzania.

'Nyerere! Nyerere ambaye ameitawala nchi hii kwa mkono wa chuma! Chini ya mwavuli mzito wa TANU na baadaye CCM! Anaweza kweli kutamka maneno hayo?' Baadhi ya watu waliwaza. 'Haiwezekani!' Wengine walihitimisha.

'Mshenzi!' Mmoja kati ya viongozi wa chama kilichokuwa madarakani aliwaza kwa hasira. 'Baada ya kufaidi yeye sasa anataka kutuharibia!'

Lakini kuna baadhi ambao waliipokea kwa shangwe zaidi. "Hatimaye!" Walinong'ona.

***

Miongoni mwa watu walioipokea kauli ya Mwalimu Nyerere kwa shangwe ni akina James Mapalala ambaye tayari alionja ladha ya tamaa ya demokrasia ya vyama vingi kwa kutupwa kizuizini pale alipothubutu kuandika barua ya kuitaka serikali ifanye hivyo; Balozi Kasonga Tumbo, ambaye nusu ya maisha yake aliyatumia akiwa amezuiliwa katika kijiji cha Cwabutwa? Sikonge kwa kosa hilohilo; Koselo Bantu, aliyewekwa kizuizini katika vijiji vya wilaya ya Nzego; Chifu Abdallah Fundikira, ambaye alidai kuwa tayari alikuwa ameandaa katiba ya chama chake hata kabla ya kauli ya Nyerere; Mchungaji Christopher Mtikilo, ambaye siku zote alikuwa akipiga kelele kulaani mfumo wa chama kimoja, na wengine wengi.

Na mara tu baada ya serikali kutoa ruhusa rasmi, kinyume cha tume yake iliyoongozwa na Jaji Francis Nyaloli iliyosema, kuwa ni watu asilimia ishirini tu walioafiki mfumo wa vyama vingi, majina mapya; nje ya lile jina tukufu la CCM, yalianza kusikika mitaani na kwenye vyombo vya habari. CHADEMA,

CUF, UMD, DP, NCCR-MAGEUZI, NRA, UDP, TLPna kadhalika. ni miongoni mwa majina haya.

Wakati huohuo, pilikapilika za kuwania kiti cha enzi, ambacho kingekuwa wazi mwishoni mwa 1995, baada ya Alhaji Ali Hassan Mwinyi kumaliza muda wake, zilipamba moto. Ndani na hata nje ya CCM patashika za siri na za hadharani zilikuwa zikiendelea kwa kasi ya kutisha.

Nani atakwenda Ikulu? Lilikuwa swali ambalo kila mtu alijiuliza huku jibu likisubiriwa kwa shauku kubwa.

**

Mtoto unaonaje tukienda Ikulu? mtu mmoja alisema kwa sauti ya mzahamzaha, huku mikono yake ikichezea kifua cha msichana aliyelala, kama alivyozaliwa; kando yake juu ya kitanda kipana. Vidole vyake vilikuwa vikichezea chuchu za matiti makubwa, hai, ya msichana huyo ambaye alijibu kwa kumpapasa kifuani taratibu. Macho yake yalikuwa yakiitazama televisheni ambayo ilikuwa ikitangaza habari.

"Ikulu? Kufanya nini?" msichana huyo aliuliza huku yeye pia akili yake ikiwa haipo kwenye mjadala huo.

"Kutawala. Unaonaje ukiwa *First Lady* wa nchi hii? Mamilioni ya wanawake wengine, ndani na nje, wakikutazama kwa husuda wakati ukipita kwenye zulia jekundu, kila uendako; huku mamia ya watu yakikusubiri kwa adabu. Unaonaje?"

"Wakati huo mimi nikiwa mkuu wa nchi! Nikiwa mtu mwenye kauli ya mwisho juu ya kuishi au kufa kwa mtu yeyote! Majeshi yote, ya ulinzi na usalama; yakiwa chini yangu! Fedha yote na rasilimali zote zikiwa chini ya himaya yangu," aliwaza. Kisha alimtazama msichana huyo aliyelala kando yake akimchezea.

Alikuwa msichana mzuri, mzuri tosha. Umbile lake la kati, lilivyojengeka kwa kiwango ambacho kila mwanaume wa Kiafrika angependa msichana wake awe nalo siyo siri kuwa liliwasumbua mamia ya vijana katika mitaa ya jiji la Dar es Salaam. Umri wake mdogo, wa miaka kumi na nane tu, kilikuwa kichocheo kingine kilichompa faraja kila alipokumbuka kuwa alimtangulia kuzaliwa kwa miaka thelathini.

Mavazi pia yalikuwa amali nyingine iliyompa hadhi msichana huyu. Kila vazi lilimkubali. Alipoamua kuvaa vitenge, ambavyo alikuwa na mitindo mingi ya kuvifunga, usingeamini kuwa ni msichana wa Kitanzania aliyezaliwa Handeni. Badala yake ungemfikiria kuwa ni mrembo wa Kizaire, kutoka Kinshasa, aliyekuja mjini kwenye mashindano ya mavazi. Usingekuwa umekosea sana, kwani kwa mbali alikuwa na damu ya Kimanyema, ambao asili yao ni Zaire, ingawa wakati huo iliitwa Kongo.

Na alipoamua kuvaa nguo za kileo, kijisketi kifupi kilichoishia mapajani, kijiblauzi ambacho kilifunika nusu tu ya kifua chake, huku nywele zake ndefu akiziachilia zimwagike nyuma ya kisogo chake, ungeapa kuwa ni binti wa Kifaransa ambaye ndiyo kwanza ameshuka kutoka Paris kuja kutalii mjini. Kama ungekuwa mdadisi zaidi, ungehisi kuwa mrembo huyo, kwa mbali, amechanganya damu na Mbantu. Na huo pia usingekuwa mbali sana na ukweli. Bibi mzaa baba yake aliwahi kuchanganya damu na Mgiriki, enzi zile za kilimo cha mkonge katika maeneo ya Bwembwera, wilayani Muheza.

Kitandani pia hakuwa mwanamke wa kawaida. Alikuwa na kipaji cha kumchanganya mwanaume, kumfanya ahisi amepaa hadi mbingu ya saba na kisha kumrejesha duniani, huku maneno na vitendo vyake vikishawishi, vikifariji, vikibembeleza na kushawishi tena. Uwezo wake huo Ndiyo uliomwezesha kudumu na bwana huyu miaka mitatu sasa, wakitembelea nchi mbalimbali za dunia, ambako walikutana na warembo waliohitimu kupokonya mabwana wa watu; lakini kwake hawakufua dafu.

'Ndiyo, Lilian ni msichana mzuri,' aliendelea kuwaza huku akiendelea kutabasamu ... 'Lakini hawezi kwenda Ikulu! *She's too young, too childish!*'

Mara tabasamu likatoweka ghafla usoni mwake. 'Nafanya kitu gani,' aliwaza. 'Nafanya mzaha kwa jambo la msingi kama hili! Lazima niende Ikulu! Lazima, niwe Rais wa nchi hii. Ninayo kila haki na kila sababu ya kuwa Rais. Na uwezo ninao ...'

Lilian alihisi mabadiliko katika mwili huo mkubwa aliokuwa akiuchezea. Hakuelewa. Haikuwa kawaida ya mwanaume kumwacha kitandani na kufanya safari ndefu ya kimawazo nje ya chumba hicho. Kungwi wake hakumfundisha hivyo. Akaamua kuongeza ufundi. Akapanda juu ya mwili huo uliolala chali na kuupeleka ulimi wake kwenye sikio, mkono mmoja ukichezea sikio la pili; huku wa pili ukifanya kazi nyingine, mahali pengine katika mwili huo. Lakini, kwa mshangao, aliona akisukumwa kando taratibu, huku sauti nzito ikimwambia, "Niache, nataka kufikiri."

"*Darling* ... unafikiri nini? Ikulu? Acha nikupeleke Ikulu ya kweli. Achana na Ikulu ya ndoto ..." Alikatizwa kwa kusukumwa kando zaidi. Kisha akaachwa kitandani. Mwanaume aliinuka na kuuendea mlango wa msalani ambao aliufungua, akaingia na kuufunga kwa komeo.

Lilian hakuyaamini macho yake.

Aliketi juu ya choo, kana kwamba anataka kujisaidia. Lakini hakuwa na haja, ndogo wala kubwa.

Kwa muda mrefu sasa msalani palibaki kuwa mahala pake pekee ambapo angeweza kuketi kwa utulivu na kufikiri. Zamani sana, alipokuwa bado mpweke, alikuwa huru. Angeweza kuketi popote, kwa muda wowote, bila usumbufu wa aina yoyote. Sio sasa. Ofisini aliandamwa na mlolongo wa watu, wenye shida hii au ile. Wako waliotaka kukopa, wako waliotaka kumkopesha; wako marafiki waliotaka ushauri wa kibiashara; wako waliofuata umbeya. Wako ndugu, jamaa na marafiki waliotaka msaada; wako matapeli waliotaka kumwingiza mjini. Hali kadhalika, wako wasichana wengi waliomtaka mapenzi. Alipojifungia, ofisini au nyumbani, simu, hasa ile ya mkononi, hazikukoma kumsumbua.

Hiyo ni moja ya sababu, ambazo zilimfanya, mara wa mara, siku za mwisho wa wiki kama hii, atafute hoteli moja kubwa, ambapo alijifungia na msichana mrembo wa kumliwaza, mara nyingi akiwa Lilian. Msichana huyo aliposhindwa kutulia kitandani, ndipo alipokimbilia msalani; ambako angeketi kwa saa na kutoka akiwa tayari ameoga na kuzichana nywele zake.

"Ulikuwa bado unaoga tu?" Mara nyingi aliulizwa. "Nataka niwe mweupe kidogo. Huoni nilivyo nweusi? Idd Amin ana nafuu," lilikuwa jibu lake.

Sio kweli kuwa King Halfan King alimzidi Amin kwa weusi, lakini hakuwa mtu mweupe. Kwa ujumla, alikuwa nmoja kati ya wale tunaowaita 'maji ya kunde'. Kwa kuwa alikuwa mkwasi aliyekula vizuri, uso wake mpana wenye ndevu chache ulivutia sana. Uso huo ulibeba umbo refu, lenye nguvu, ambalo lilikuwa rahisi kulifikiria kuwa ni la askari mkakamavu badala ya mfanyabiashara mashuhuri.

Baba yake, hayati Halfan King, alikuwa mmoja wa watu wachache waliomwelewa yule kijana wa Kizanaki, Julius, aliporejea kutoka Uingereza na kuanza kupiga kelele za uhuru. Akawa mmoja kati ya watu wa kwanza ambao, kwa siri, alikata kadi za TANU na kuzitupilia mbali zile za TAA.

Akiwa karani wa Manispaa katika serikali ya mkoloni, Halfan aliutumia muda wake mwingi wa mapumziko kuwashawishi watu wengine kujiunga na TANU na kushiriki katika harakati za kupigania uhuru. 'Ni aibu kutawaliwa,' alisema mara kwa mara. 'Bila uhuru hakuna maendeleo.'

King, ambaye alikuwa mwanawe wa pekee, mara nyingi alimsikia hayati baba yake akiyatamka maneno haya, kwa wageni wake, ambao walifurika katika nyumba yao. Wakati huo walikuwa wakiishi katika mji wa Arusha, kitongoji ambacho sasa kinafahamika kama Uzunguni.

Siku moja Julius Nyerere mwenyewe aliwotembelea nyumbani. Kwa macho yake ya utoto King alimwona alivyokuwa mtu mchangamfu, mwenye maneno mengi ya kusisimua na lugha ya kushawishi. Alipotoka, baba yake alikuwa tayari amepata ugonjwa mpya, ugonjwa wa TANU. Alianza kuhubiri siasa za TANU hadharani na kuuza kadi bila kificho, jambo lililomfanya afukuzwe kazi wiki moja baadaye.

King anakumbuka vizuri sana kuwa baada ya mzazi wake kufukuzwa kazi, maisha yao yalianza kuwa magumu. Baba yake hakuwa na akiba ya kutosha. Wala hakuwa amejenga nyumba. Hivyo, walipoamriwa kutoka kwenye nyumba ya serikali waliyokuwa wakiishi walihamia katika kijiji ambacho sasa ni sehemu ya mji inayoitwa Makao Mapya. Ni mjomba wao aliyewakaribisha katika nyumba yake, ambayo ilikuwa haitoshi. Baba yake hakujali. Ilikuwa yeye na TANU, TANU na yeye. Baadaye alianza kusafiri huko na huko akiiuza TANU na kadi zake.

Hatimaye, uhuru ulipatikana. Vyeo vikaanza kutolewa. Mawaziri, wakuu wa majeshi, wakuu wa mikoa, wakuu wa idara, wakuu wa wilaya, na kadhalika. Tahamaki vyeo vimekwisha. Halfan King alikuwa amesahauliwa. Hakuyaamini masikio yake. Alifonya kila jitihada ya kuwasiliana na Julius Nyerere, bila mafanikio. Jibu lilikuwa lile lile, "Ana shughuli nyingi, hana nafasi."

Hadi leo King hajasahau jinsi baba yake alivyonyong'onyea kwa siku kadhaa huku akiwa hataki kusema na mtu yeyote. "Julius amenifanya hivi kweli?" King aliwahi kumsikia baba yake akiropoka kwa sauti ya mnong'ono kana kwamba anaota ndoto ya mchana.

Baada ya msiba huo wa wiki mbili tatu Halfan King aliamua kuwa mfanyabiashara. Alianza kwa mtaji mdogo wa mkopo. Alinunua mifugo kutoka vijijini na kuiuza mijini. Miaka miwili baadaye alikuwa amefungua maduka kadhaa ya kuuza nyama katika miji ya Arusha, Moshi na Dodoma; akiyajaza kwa nyama kutoka zizi lake kubwa lililokuwa Ngaramtoni, mkoani Arusha. Hali kadhalika, alikuwa na zabuni za kuuza nyama na nafaka hospitalini, shuleni, gerezani na hata jeshini.

Miaka mitano baadaye hakuwa Halfan King yule yule, mwembamba, mrefu, mwenye maneno mengi. Badala yake aliondokea kuwa mtu mpana, mwenye tumbo kubwa na maneno machache sana. Muda wake mwingi aliutumia kubuni miradi mipya na kutengeneza fedha zaidi, wakati huo akiwa pia tayari ameingia katika biashara ya kupangisha.

Majumba yake yalikuwa yakiota kama uyoga katika miji mbalimbali ya Tanzania.

Halafu, likaja Azimio la Arusha. Halfan King alikuwa mmoja kati ya watu waliopoteza kila kitu walichokuwa nacho. Biashara yake ilichukuliwa na serikali, majumba yake yote yalitaifishwa, isipokuwa moja tu alilokuwa akiishi. Tukio hilo, ambalo liliwafanya baadhi ya watu wawe vichaa hadi leo, na wengine kupata magonjwa ya moyo, lilimpokonya maisha.

Siku hiyo alishinda taabani kwa mawazo, akiwa hawezi kumtazama mtu yeyote usoni. King, ambaye ingawa umri haukumruhusu kuelewa uzito kamili wa pigo hilo katika maisha yao, aliihisi hali ya majonzi makubwa katika fikra za baba yake. Alimsogelea taratibu na kuketi naye kochini. Baada ya muda alijikongoja na kumwambia taratibu, "Baba, mimi naichukia TANU. Namchukia Nyerere ..."

Kwa mara ya kwanza siku hiyo, baba yake aliinuka na kumtazama mtu usoni. Alitabasamu, tabasamu ambalo machoni mwa King lilikuwa halina hisia yoyote. "Sikiliza mwanangu," alisema baada ya kumtazama kwa muda mrefu. "Tangu leo nakutaka uwe mwana-TANU halisi. Jiunge na TANU Youth League, kuwa mstari wa mbele katika kila suala la Chama."

"Kwa nini baba? Sioni kama ni chama kinachowapenda watu wake. Ulikitumikia hadi ukafukuzwa kazi, hakikukujali! Leo hii umetumia nguvu zako zote kutafuta mali, kimekupokonya! Kama kungekuwa na chama kingine, ningejiunga. Sio hiki."

Halfan hakupata kumsikia mwanawe akizungumza kwa ujasiri kiasi hicho. Akamtazama kwa husuda, huku akishindwa kustahimili machozi ambayo yalianza kumtiririka. Lakini, kwa sauti imara, alisema, "Hapana. Umekosea mwanangu.

Angalia usifanye makosa niliyoyafanya mimi. Unadhani katika nchi hii, yenye chama kimoja tu, wapi ambapo unaweza kujificha, penye usalama, zaidi ya ndani ya chama hicho? Wasia wangu ni huo mwanangu. Jiunge na TANU. Na uwe mstari wa mbele."

Usiku huo Halfan King hakuamka. Mamake King, ambaye alilala mapema kidogo alisema kuwa mumewe alichelewa kuingia chumbani na kwamba baada ya kulala kwa muda mfupi alianza kukoroma kwa nguvu huku akitapatapa hadi alipokata roho.

Haikuwa siri kuwa alijiua kwa sumu.

Wakati huo King Halfan alikuwa mwanafunzi wa kidato cha tano katika moja ya shule chache za sekondari mjini Arusha. Alikuwa amekata kadi yake ya Umoja wa Vijana wa TANU na kuanza kuhudhuria kila mkutano na kila mjadala. Akawa msemaji mzuri, na hodari wa kujenga hoja, jambo ambalo lilifanya apachikwe jina la 'Mao' au 'Chairman' hata kabla hajachaguliwa kuwa mwenyekiti wa tawi la shule, baada ya aliyeshikilia nafasi hiyo kumaliza muda wake.

Alipomaliza kidato cha sita, kama ilivyokuwa ada, alijiunga na Jeshi la Kujenga Taifa huku akisubiri matokeo. Jeshini pia alichemka katika masuala ya chama hata akajijengea umaarufu kwa baadhi ya maafande. Jina la 'Mao' likatoweka na 'Comred' kuchukua nafasi.

Matokeo ya mtihani yalipotangazwa, hakuwa amechaguliwa kuendelea na masomo. Hata hivyo, alikuwa mmoja kati ya vijana kadhaa walioteuliwa kuitumikia TANU, makao makuu, Dar es Salaam, kama maofisa, kazi ambayo aliipokea kwa furaha na kuifanya kwa moyo. Baadaye akawa miongoni mwa vijana waliopelekwa Monduli kuchukua mafunzo ya kijeshi. Huko alitoka na cheo cha kapteni, ambacho alikiongezea hadhi kwa kupelekwa Chuo Kikuu cha Dar es Salaam alikopata shahada ya kwanza na ya pili katika Sayansi ya Jamii. Baada ya hapo akapangiwa 'kazi maalumu'.

Kama TANU na baadaye CCM ilidhani kuwa ilikuwa ikimtumia King Halfan ilikuwa ikijidanganya. 'Walimtumia hayati baba yangu, hawawezi kunitumia mimi pia,' alijikumbusha. Kwa ujumla, ni yeye aliyekuwa akiitumia.

Kazi yake ilimfanya akutane na watu mbalimbali, ndani na nje ya nchi, ambao walishukiwa kutishia usalama wa nchi. Wengi waliishia kuwa rafiki zake badala ya adui na walichangia kutunisha akaunti yake aliyoifungua nje ya nchi kwa jina la bandia. Aidha, alikuwa na makampuni kadhaa, ambayo alitumia watu wengine kuyaendesha, yakifanya biashara kubwa ndani na nje.

Hayati baba yake alifanya biashara halali ambayo hawakuafikiana nayo. Yeye aliamua kufanya biashara haramu. Aliamua kuwauzia hewa, badala ya bidhaa. Wizara, idara na mashirika mengi ya umma yaliinunua hewa hiyo kwa furaha sana mradi tu wahusika walipata 'kitu kidogo'. Kana kwamba hiyo haitoshi, mkono wa King ulikuwa imara katika biashara za dawa za kulevya, biashara ya hundi za bandia, ulanguzi wa bidhaa adimu na maovu mengineyo.

Vilipokuja vita vya uhujumu, ambavyo viliongozwa na hayati Edward Moringe Sokoine, kwake ilikuwa kama faraja zaidi. Ilikuwa nafasi yake nyingine iliyomfanya atengeneze mamilioni ya fedha bila jasho kwani kumtetemesha kidogo mtuhumiwa, kulifanya akukabidhi akiba yake yote. Hakuna aliyekuwa tayari kwenda kizuizini kwa muda usiojulikana.

Hivyo, ilipokuja awamu ya pili, ya Rais Ally Hassan Mwinyi, awamu ya 'ruhusa', King Halfan aliamua kuacha kazi za kukitumikia chama na kuwa mfanyabiashara wa kweli. Hata hivyo, hakufanya kosa la kufichua utajiri wake halisi. 'Tanzania haitabiriki,' alijikumbusha. 'Chochote kinaweza kutokea.'

***

Sasa anataka kwenda Ikulu, aliwaza akiinuka kutoka kwenye choo alichokalia kwa muda mrefu. Hakuna atakayemzuia. Alifungua mlango na kurejea chumbani. Aliitupia macho saa yake na kushangaa alipoona kuwa saa mbili zilikuwa zimepita tangu alipoingia msalani. Lilian alikuwa amepitiwa na usingizi. Alimwamsha kwa kumpokonya shuka na kumpapasa matiti.

"Ulikuwa bado unaoga tu?" aliuliza kivivuvivu.

"Huoni nilivyo mweusi? Nataka niwe mweupe kidogo ..." Alisita alipokumbuka kuwa alikuwa amesahau kuoga.

Sura ya Pili

JORAM Kiango alivutwa katika pilikapilika za uchaguzi huo kwa barua iliyopenyezwa ofisini mwa kinyemela. Ilikuwa barua ya kawaida, iliyoandikwa juu ya bahasha kwa mkono 'MUHIMU ... AIONE JORAM KIANGO TU ...' Waliikuta juu ya sakafu. Bila shaka ilikuwa imepenyezwa chini ya mlango wa mapokezi.

Joram angeweza kuipuuza lakini kwa kuwa hakuwa mtu wa kuandika wala kupokea barua mara kwa mara, aliinua na kwenda nayo ofisini mwake ambako aliketi na kuifungua. Ndani iliandikwa kwa mashine, maneno machache tu, ambayo yalimfanya aduwae kwa muda. Aliisoma mara mbili zaidi, kisha akaitua mezani. Tabasamu jepesi likaanza kujiumba usoni mwake kwa mbali, "Mara hii," alinong'ona kwa sauti ndogo ambayo ni yeye tu angeweza kuisikia.

Nuru alikuwa mtu wa pekee duniani ambaye angeweza kuusoma uso wa Joram Kiango. Alipokuwa akiifungua barua hiyo, Nuru alikuwa katika ofisi yake iliyotenganishwa na ya Joram kwa ukuta wa kioo, akicheza mchezo fulani katika kompyuta. Alimwona Joram akiisoma barua hiyo. Akaliona tabasamu liliLoashiria jambo, mara tu alipomaliza kuisoma.

"Kulikoni?" Nuru aliuliza baada ya kumfuata na kuketi katika kimojawapo cha viti vya woteja.

Joram hakumjibu kwa mdomo. Alimsogezea Nuru barua ile. Nuru alipokuwa akiisoma, Joram alijiwashia sigara na kutulia, akiutazama moshi ukipaa angani kwa mkondo uliojipindapinda.

"Mara hii?" Nuru aliropoka baada ya kuisoma barua ile zaidi ya mara moja. "Ni mapema mno. Siamini!"

"Ni vigumu kuamini," Joram alisema. "Lakini hakuna cha kutoamini. Barua ndiyo hiyo na maelezo ndiyo hayo."

"Inawezekana ni barua ya uongo," Nuru alipendekeza.

"Hapo umegusa mzizi, darling," Joram alisema.

"Umegusa mahala nilipotaka uguse. Inawezekana kabisa kuwa ni barua ya uongo. Si rahisi ukweli upatikane katika barua kama hii." Joram alitulia kidogo, akifikiri. Halafu akaendelea, "Lakini, la msingi hapo ni kwamba, barua hiyo iwe ya ukweli au uongo inatuashiria kuwa uchaguzi huu utakuwa na mambo, makubwa kwa madogo, na yatatokea mapema kuliko tulivyoyatarajia. Inatupasa kujiandaa..."

Wakati akisema haya, macho yake yalikuwa yaking'ara, kifua chake kikipanda na kushuka katika hali iliyoashiria shauku kubwa, jambo lililomfanya Nuru acheke kimoyomoyo kwa kufikiria jinsi kijana huyo mtaratibu alivyopata uhai kama betri iliyotiwa chaji, kila alipojikuta katika masuala ya kutisha ambayo mara nyingi yangehatarisha maisha yao.

Yeye pia alikuwa kama Joram. Tangu walipokutana kwa mara ya kwanza, mjini Arusha, wakiwa mateka wa muuaji hatari aliyetaka kumshirikisha kuwaangamiza viongozi wa nchi za Kiafrika na kuokolewa na Joram, hadi leo wamekuwa chanda na pete. Wamekuwa pamoja katika mikasa ya kutisha, ambayo waandishi wameiandikia vitabu vinavyochukuliwa na wengi kama riwaya. Mikasa ambayo, bila ya wao kuingilia kati, nchi mbalimbali za Kiafrika zingekuwa zimefutika kwenye ramani ya dunia ama zingekuwa katika misiba mizito na historia nyingine kabisa.

Mkasa wa mwisho, ambao mwandishi mmoja aliuita 'Roho ya Paka,' ingawa Joram alifanikiwa kuliepusha taifa na maafa makubwa yaliyoandaliwa na makaburu waliokusudia kulipiza kisasi, bado ulimwacha bila faraja kamili kutokana na kutoweka kwa mmoja wa mamuluki hao, akiwa na mamilioni ya fedha. Joram alifanya utafiti mkubwa kwenye mipaka yote ya nchi na nje ya nchi bila ya mafanikio yoyote juu ya taarifa za mamuluki huyo; Adrian. Jambo hilo lilimfanya ahisi kuwa bado alikuwa amejichimbia ndani ya nchi hii, akisubiri kufanya madhara mengine.

Hiyo ilikuwa moja ya sababu zilizomfanya Joram Kiango na Nuru waafikiane kufungua ofisi hii badala ya kutumia mtindo wao wa kukaa mafichoni hadi wanapohitajika. Joram alimtegemea Adrian, ambaye kama Joram, yeye pia asingestahimili kuishi huku akijua mahala fulani, chini ya jua, kuna mtu anayeitafuta roho yake. Ajitokeze ili wamalize madeni waliyokuwa wakidaiana. Siku, miezi na hatimaye miaka ilikwenda bila ya Adrian kutokea. Lakini Joram aliendelea kumtarajia.

Ni kweli kuwa Serikali ya Tanzania haijaruhusu kuwepo kwa ofisi binafsi za upelelezi lakini hilo halikuwa tatizo kwa Joram Kiango. Kukodi vyumba, kuweka fenicha na vyombo vya mawasiliano; huku mlangoni kukiwa na kibao kikubwa kilichoandikwa 'OFISI YA USHAURI'; nani ambaye angekuzuia? Maofisa wa biashara walipotaka ufafanuzi majibu ya kina yalikuwa yakiwasubiri; "Kama unataka kuoa au kuolewa, kutaliki au kutalikiwa, kama unataka kutoa mimba au kutia mimba, kama utataka kujiua au kuua mtu; chochote kile, ambacho kinahitaji ushauri hapa ndipo mahala pako."

Zilikuja shughuli nyingi ambazo walizipuuza kwa madai haya na yale. Wako matajiri waliotaka ushahidi dhidi ya mienendo ya wake wao ili wahalalishe talaka, wako akina mama ambao walitaka uhakika na waume wao kuwajengea majumba mahawara; wako mamwinyi waliotaka mienendo ya binti zao ifuatiliwe ili wawafungishe ndoa za mikeka, na kadhalika. Yote haya waliyapuuza kwa hila na kuendelea kusubiri jambo kubwa, jambo ambalo lina hadhi yao.

Jambo kama lililoelezwa katika barua hii ambayo ilikuwa mbele yao sasa. Ilisema:

Joram Kiango.

Napenda kukupa taarifa hii ya siri. Mmoja wa wagombea urais wa CCM amemzika mtoto wake wa kiume akiwa hai kama kafara, ili achaguliwe kuwa Rais wa nchi hii. Alimzika usiku wa manane, juzi, Jangwani, chini ya jukwaa ambalo lilitumiwa na Papa John Paul II alipotembea nchini. Tafadhali fanya uchunguzi wa kina.

Mpenda Amani.

***

Kabla ya barua hiyo, Joram Kiango alikuwa akizitazama harakati za Uchaguzi Mkuu na pilikapilika zake kama mtu mwingine yeyote, sawa na mtazamaji wa mchezo wa mpira, aliyekaa jukwaani akitazama mashindano baina ya timu mbili zisizomhusu na wachezaji ishirini na wawili wasio na uhusiano naye kwa hili au lile.

Kuibuka kwa mlolongo wa vyama, kuzinduka kwa mamia ya wanasiasa na mikutano ya hapa na pale ni miongoni mwa pilikapilika alizozishuhudia bila ya kutia neno.

Vyombo vya habari, hasa vya binafsi, ambavyo awali vilikuwa bubu kwa masuala ya msingi; navyo vilipata ujasiri uliomsisimua Joram Kiango. Tahariri nyingi zilikuwa kali, zikiishambulia CCM kwa namna iliyofanya wasomaji wengi wapunguze uoga dhidi ya chama hicho kilichokuwa madarakani. Aidha, magazeti hayakusita kuwa na kauli nzitonzito za viongozi wa vyama hivyo vipya, ambazo zilikuwa makombora mengine kwa CCM.

CCM ni 'Chama Cha Majambazi', CCM ni 'Chukua Chako Mapema', 'Viongozi wa CCM ni wezi', na kadhalika. ni baadhi ya kauli ambazo ziliyapamba baadhi ya magazeti kwa muda mrefu na kumfanya Joram ashindwe kustahimili kicheko. CCM ilizikabili kauli hizo kikamilifu kwa kutumia vyombo vyake vya habari na vya mashabiki kwa kudai kuwa wengi wanaojitia kuanzisha vyama ni wahuni waliofukuzwa CCM. 'Njaa inawasumbua', 'CCM ni baba wa mageuzi' na kadhalika na kadhalika.

Kujiweka pembeni kwa Joram hakukuwa na maana kuwa yeye si shabiki wa siasa. La. Alikuwa zaidi ya mshabiki. Ndani kabisa ya roho yake alikuwa mwanasiasa. Tatizo ni kwamba siasa yake ilitofautiana sana na wanasiasa, au wanaojiita wanasiasa, wengi wa Kiafrika.

Yeye aliamini kwamba, kuwa mwanasiasa ni kujitoa mhanga, kuutumia muda wako wote, uwezo wako wote; nguvu zako zote pamoja na roho yako yote kwa ajili ya nchi na wananchi. Kilichomvunja moyo katika siasa za Kiafrika ni pale ambapo taaluma hiyo ilifanywa kama njia ya mkato ya kujipa ajira, mamlaka juu ya watu wengine pamoja na maslahi. Aidha ilimkera zaidi pale aliposhuhudia mtu akiitwa au kujiita mwanasiasa, alivyojifanya Mungumtu na kujipa mamlaka kuliko Mungu mwenyewe juu ya binadamu wengine na mazingira yao; hali ambayo mara nyingi huambatana na kung'ang'ania madaraka kwa gharama yoyote hadi risasi ya kichwa inapofanya kazi yake.

Wengi kati ya hao, wakiwa vipofu kiuchumi, mbumbumbu kimaendeleo na mahututi kidemokrasia, wamezitumbukiza nchi zao katika majanga makubwa ya kiuchumi na kusababisha damu ya watu wasio na hatia imwagike bila sababu za msingi.

Ni watu wa aina hiyo waliomtia Joram kichefuchefu katika siasa na ndipo akaamua kutazama harakati zote kana kwamba hazimhusu au kana kwamba yeye ni mtu wa nchi nyingine au sayari nyingine, ambaye alikuwa akishuhudia mchezo wa kitoto ukichezwa kando yake.

Hata hivyo, katika yote, Joram alithamini sana amani. Kamusi ya ndani kabisa ya moyo wake ilisomeka wazi, 'Amani kwanza... mengine baadaye'. Akawa anatofautiana na wale ambao wanaamini kuwa 'amani haiji ila kwa ncha ya upanga'.

Akiwa na mtazamo huo, ndipo yeye na Nuru walipojiandaa kwa lolote ambalo lingeweza kusababisha kuvurugika kwa amani katika kipindi hicho cha uchaguzi. 'Nchi changa kama hii... inapokuwa kwenye uchaguzi kama huu, inakuwa kwenye mnada... lolote linaweza kutokea' mara nyingi alimwambia Nuru.

Kwa sababu hizo, ndipo alipoamua kuitilia maanani ile barua iliyomfikia kinyemela, ambayo sasa alikuwa akiipitia kwa mara nyingine.

Soko la Kariakoo lina sifa ya uchafu utokanao na mazao ya wakulima yanayouzwa hapo, ambayo yanapoharibika huachwa ovyo na kusababisha vichuguu vya mchanganyiko wa nafaka na matunda ambayo huoza na kutoa harufu ya kutisha. Wanaohusika na uchafu huo walikwishakata tamaa, ingawa wanaendelea na vyeo vyao na mishahara yao ikizidi kupanda.

Uchafu mwingine ambao hukera zaidi katika mazingira ya soko hili ni rundo la watu ambao hushinda hapo, nusu yao wakiwa wafanyabiashara na wanunuzi, lakini nusu nyingine ya umati huo ni watu wasio na kazi ambao hupafanya mahala hapo maskani kwani sokoni hakuna kuulizana 'wewe nani, unafanya nini'.

Miongoni mwa wazururaji hao wamo matapeli, ombaomba na wadokozi, maarufu kwa jina la 'vibaka'. Mmoja katika kundi la vibaka hao ni Thobias Ngonyani. Kama vijana wengine wengi, yeye pia alishindwa maisha ya kijijini kwao, wilaya ya Masasi, baada ya 'kumaliza' shule. Majaribio ya kilimo kwa ushirikiano na baba yake pia hayakumpa chochote kutokana na vyama vya ushirika kukopa mazao yao mara kwa mara. Ndipo akaamua kujiunga na 'wamachinga' waliokuwa wakimiminika jijini Dar es Salaam na kufanya biashara ndogondogo mtaa wa Kongo. Mtaji haukuwa tatizo. Uaminifu kwa Wahindi wenye maduka makubwa ulimfanya apewe vitu vya thamani hata ya mamilioni na kuviuza huko na huko. Siku chache baadaye alijenga banda lake la biashara na kuliita Nguvu Kazi katika mtaa wa Tandamti. Vitu vya kuchezea watoto, vyombo vya nyumbani na leso vilikuwa sehemu ya bidhaa katika banda hilo.

Ikaja siku ya balaa. Alikuwa ametoka kidogo, na kumkabidhi jirani yake biashara yake. Aliporejea alikuta mambo yamebadilika. Watu walikuwa wakikimbia huko na huko, askari wa jiji na polisi wakivunja kila kibanda na kukamata kila aliyefanya ubishi. Banda lake tayari lilikuwa limevunjwa na vitu vyake vyote kuporwa.

Ngonyani hakuweza kuhimili hasira zilizomshika ghafla. Alimparamia askari mmoja na kuanza kumpiga. Kilichofuata hakukitarajia. Mvua ya kipigo kutoka kwenye virungu vya polisi sita waliomzunguka ilimfanya apoteze fahamu hata kabla hajatua chini. Alipozinduka alikuwa hospitalini, Muhimbili, akiwa na majeraha mwili mzima. Askari mwenye silaha alikuwa kondo, akimlinda.

Na alipopata fahamu alipelekwa mahakamani ambako alisomewa mashtaka ya 'uzururaji' na 'kumzuia askari kufanya kazi yake'. Si Hakimu wala Wazee wa Baraza waliomwelewa alipojaribu kujitetea. Alitupwa Keko na baadaye Ukonga kwa miezi sita, akitoka arudi kijijini kwao.

Hakurudi. Gereza lilimfanya sugu kuliko alivyokuwa awali. Hivyo, badala ya kwenda kuwapigia Wahindi magoti ili aanze kustahimili tena kashfa za wanunuzi mitaani, aliamua kuwakamata Wahindi hao na watu wengine. Mwanamke aliyeweka pochi vibaya mbele yake iliponyoka. Mtu aliyejisahau ndani ya daladala alikwapuliwa. Nyumba ambayo mlango wake ulikuwa legelege ilisachiwa. Mara mbili aliwahi kukamatwa na kuchukua kipigo ambacho kilimfanya aokolewe na polisi. Mara moja alirudi Ukonga ambako alikaa kwa miezi mingine sita. Lakini misukosuko hiyo ilizidi kumtia usugu hata akaanza kuichukulia kuwa ni sehemu ya maisha yake.

Siku za karibuni aliamua aingie katika 'kazi ya magari', badala ya vitu vidogovidogo ambavyo viliishia kuyahatarisha maisha yake, ushauri ambao alipewa na 'wazee' aliowakuta gerezani baada ya kumwona alivyo na 'msimamo' thabiti. Kama alivyoelekezwa, alianza kwa kuchunguza aina ya magari, wamiliki wake, wanakoyapaki, yanafunguliwa vipi, yana *alarm* au hayana na kadhalika. Yote haya Ngonyani aliyafanya kwa muda mrefu na uangalifu mkubwa. Angeweza kuapa kuwa aliyajua zaidi ya nusu ya magari ya Dar es Salaam kuliko wenyewe walivyoyafahamu.

Hivyo, jioni ya leo, alipokuwa ameketi nje ya Soko la Kariakoo, pamoja na vibaka wenzake wawili, aliitazama kwa makini *Peugeot 505* yenye namba *TZG 213* ambayo ilipaki taratibu kando ya daladala lililokuwa likishusha abiria.

Aliyekuwa na gari hilo, mzee aliyevaa kanzu na kilemba, alifungua mlango kwa ufunguo na kisha kuingia sokoni. Mara alirejea na kufungua mlango, akatoa mkoba na kuufunua. Ndani yake alitoa kitita cha pesa, akachomoa noti chache na kukirudisha ndani ya mkoba huo ambao aliurudisha ndani ya gari na kutoka tena, akielekea ndani ya soko.

Hakufunga mlango! Ngonyani hakuiamini bahati yake. Mara moja aliwabonyeza wenzake na kisha akateleza kuliendea gari hilo. Alifungua mlango kwa uhakika kana kwamba ni gari la mjomba wake. Akauinua mkoba na kuuchukua kwa utulivu kama wake, huku akiufunga mlango wa gari nyuma yake.

Dakika chache baadaye walikutana kwenye kimoja cha vichochoro vingi vya Dar es Salaam, wakaufungua mfuko huo na kumimina chini kila kilichokuwemo. Hawakuamini macho yao! Kile walichokidhania kama bunda la noti, yalikuwa makaratasi tu yasiyo na maana yoyote. Walichoambulia ni shilingi elfu mbili za noti nne za mia tanotano zilizokuwa kama zimesahauliwa tu.

"Mshenzi sana, babu yule; gari kubwa kama ile shilingi elfu mbili tu! Ngoja. Mara ya pili nitachukua gari zima, sio mfuko," alifoka huku akiendelea kuupekua.

"Si haja mshikaji, mlo wa leo tumeshapata. Na glasi mbili zinatoka hapo, au sio?" mmoja wa rafiki zake wawili aliokuwanao alimfariji.

Ni wakati huo, ilipoanguka barua kutoka ndani ya mfuko. Wazo la Ngonyani lilikuwa kuichana. Lakini wazo la pili lilimshawishi kuisoma kabla. Ilikuwa haina bahasha. Aliifunua na kuisoma.

Maaliim,

Napenda kukuarifu kuwa tumefuata maelekezo yako yote. Mtoto amezikwa palepale, chini ya banda la Papa, Jangwani kama ulivyoelekeza. Na amezikwa na vitu vya thamani vifuatavyo:

Mkufu wa dhahabu - shilingi 5,000,000/=
Herini za dhahabu - shilingi 2,000,000/=
Pete ya dhahabu - shilingi 2,000,000/=
Kidani cha almasi - shilingi 1,000,000/=

Pia tumemzika na fedha taslimu shilingi milioni 20,000,000 kama ulivyoagiza.

Hofu yetu ni kuwa habari hizi zinaweza kuvuja na hivyo vifaa vyote vikafukuliwa. Kwa barua hii tunaomba utuarifu tuweke ulinzi au la, kabla ya siku maalumu ya tambiko.

Ndugu zako.

Ngonyani aliirudia mara nne kabla ya kuamini ujumbe uliokuwemo. Alipoamini alichokisoma aliwageukia wenzake na kuwaambia, huku machozi ya shauku yakimlengalenga. "Tumeukata washikaji."

Akiwa katika mavazi haya ya kizee, ndevu nyeupe za bandia usoni, miwani myeusi machoni na kilemba kichwani, Joram hakwenda mbali kabla ya kuhakikisha walikoelekea vibaka aliowakusudia wakiupokonya mkoba wake. Alipowaona wakiondoka alirejea kwenye gari lake na kuliendesha kurudi nyumbani kwake, mluzi mdomoni, sigara mkononi. Hakuwa na shaka kuwa ujumbe umefika.

Saa moja ya usiku aliingia bafuni na kuoga kwa utulivu. Nuru alimfuata na kuzivua nguo zake, kisha akajibwaga ndani ya beseni hilo hilo pamoja na Joram. Mwili wake laini, wenye mapaja laini kama kawaida, ulimfanya Joram achangamke. Hata hivyo, muda haukumruhusu. Alimbusu kidogo mdomoni na kutoka nje ya beseni hilo.

"Vipi?"

"Kuniradhi, muda umekwenda". Alijifuta, akatana nywele zake vizuri; akajipaka mafuta na kisha kurudi chumbani ambako alichagua suti yake nyeusi na kuivaa. Alivaa pia viatu vyake vyeusi na kuweka kitambaa cheusi mfukoni. Baada ya kujishauri aliamua kuchukua moja ya bastola zake na kuiweka katika mifuko yake ya siri, ambayo ilihitaji miaka mingi ya uzoefu katika fani ya ujasusi kuweza kuifikia. Baadaye alimuaga Nuru na kutoka.

Alikodi gari hadi Magomeni Mapipa.

Saa mbili baadaye, alikuwa amekwishapenya kichochoro hiki na kile na kutokea Jangwani. Alitafuta uchochoro mzuri, hatua chache kutoka lilipokuwa jukwaa la Papa na kusimama kwa utulivu. Kivuli kilichokuwa eneo hilo, mavazi meusi aliyoyavaa na jinsi alivyosimama kwa utulivu vilimfanya Joram awe kama sehemu ya kiza hicho. Macho ya kawaida, ambayo hayajahitimu kamwe yasingeweza kumwona.

Miwani myeusi aliyoivaa, ilikuwa na madini ya kumwezesha kuona gizani kwa kiwango fulani. Hivyo, aliweza kuona dalili ya kuchimbwachimbwa, chini ya jukwaa hilo, jambo ambalo lilimtia moyo wa kuendelea kusubiri.

Saa tano za usiku Ngonyani na watu wake walianza kufika. Joram alivutiwa na mbinu zao. Walikuja mmojammoja, wakiwa wametofautiana kwa dakika kumikumi kama askari waliofundishwa. Mtu wa nne alipofika walinong'onezana kitu na kisha kuanza kuchimba kimyakimya.

Nusu saa baadaye walifikia kitu kilichokaa kama jeneza. Walikiinua na kukiweka kando ya shimo hilo. Wakakifunua taratibu. Dakika iliyofuata wote walipigwa na butwaa kutokana na kiumbe waliyemkuta ndani ya jeneza hilo.

"Mshenzi nini yule mzee!" mmojawao alifoka baada ya muda.

Wa pili aliangua kicheko.

Joram alicheka pamoja nao, ingawa alichekea tumboni. Alitegemea kitu kama hicho.

Ndani ya jeneza hilo mlikuwa na mzoga wa mbuzi. Mbuzi huyo hakuwa na mkufu wa dhahabu wala kidani cha fedha. Badala yake, tumboni alikuwa na maandishi makubwa, ambayo Joram aliweza kuyasoma bila shida 'Wajinga Ndiyo waliwao'.

Sura ya Tatu

● (● · ● (

GHAFLA mtu alitaka kuwa Rais wa Jamhuri ya Muungano wa Tanzania! CCM peke yake zaidi ya wanachama kumi na watano tayari walikuwa wametangaza hadharani dhamira yao ya kugombea urais. Alianza Njelu Kasaka, Mbunge na Waziri Mdogo wa Kilimo. Aliitisha mkutano wa waandishi wa habari na kueleza msimamo wake. Kitendo chake hicho kilifuatiwa na akina Tuntemeke Sanga, Mbunge; Pius Msekwa, Spika wa Bunge; Joseph Warioba, Waziri Mkuu wa zamani; John Malecela, Makamu Mwenyekiti wa chama na mwanamke pekee, Mama Lugendo.

Siku chache kabla ya kwisha muda uliowekwa walijilokeza akina Benjamin Mkapa, Waziri wa Elimu ya Juu; Jakaya Kikwete, Waziri wa Fedha; Edward Lowassa, Waziri wa Ardhi na Jaji Mstaafu, Mark Bomani.

Kila mmoja alitoa hoja zake kukishawishi chama chake kumuunga mkono na kulipitisha jina lake.

Upande wa vyama vya upinzani, mambo yalikuwa yakichemka. Karibu kila chama kilichachamaa na kuwahakikishia wanachama wake kuwa kingekwenda Ikulu. Viwanja vya Jangwani na Mnazi Mmoja vilikuwa taabani kwa mikutano ya mara kwa mara ambayo ilizidi kuonyesha kasoro na ubovu wa CCM na viongozi wake.

Aliyetajwa sana upande huo alikuwa Seif Shariff Hamad, Makamu Mwenyekiti wa CUF, ambaye aliwania urais wa Zanzibar dhidi ya 'Komandoo' Salmin Amour aliyetajwa kama mgombea pekee wa CCM visiwani humo.

Seif alipata nguvu zaidi, upande wa Bara, baada ya kuungana na James Mapalala na kukifanya CUF kuwa chama cha kitaifa. Hata hivyo, baadaye Mapalala alienguliwa madarakani, hatua ambayo, kwa namna moja au nyingine, ilifuatiwa na kudorora kwa nguvu za chama hicho upande wa bara.

Chama cha UMD kilimnadi Mzee Abdallah Fundikira kuwa angegombea urais. Alipoulizwa juu ya umri wake mkubwa aliwajibu waandishi wa habari kwa kuwakumbusha kuwa Mandela ambaye anamzidi umri kwa miaka miwili ni Rais wa Afrika Kusini, vipi yeye ashindwe kuiongoza Tanzania?

TPP cha Che-Mponda nacho kilitamka kuwa daktari huyo angekiongoza kwenda Ikulu. Vivyo hivyo, vyama vya TLP cha Leo Lwekamwa, NLD cha Emmanuel Makaidi; NCCR-Mageuzi cha Mabere Marando, CHADEMA cha Edwin Mtei, PONA cha Wilfred Mwakitwange, NRA cha Abubakar Ulotu, TADEA cha Oscar Kambona na vinginevyo viliwaahidi na kuwahakikishia wanachama wake Ikulu.

Kitu kimoja kilikuwa dhahiri. Hakukuwa na chama hata kimoja ambacho tayari kilikuwa kimemsimika mwanachama wake yeyote kuwa mgombea rasmi wa urais. Kwa upande mwingine, vyama vyote vilikuwa kama vinavyotegeana, kipi kimtaje nani ili mkakati wa mashambulizi uandaliwe.

Pilikapilika hizo ziliambatana na uvumi wa uongo na ukweli uliokuwa ukitapakaa nchini kote kwa kasi ya moto katika kichaka cha nyasi kavu. Kwa mfano, ilivuma kuwa Makamu Mwenyekiti wa CCM, John Samwel Malecela, aliapa kwa udi na uvumba kuwa lazima angekwenda Ikulu, kwamba Rais aliyekuwa akimaliza muda wake, Ally Hassan Mwinyi alikuwa nyuma ya mkakati huo, na kwamba, ili kufanikisha azma hiyo, nchi moja tajiri ya Kiarabu ilitoa mabilioni ya fedha ambazo zingetumika kwenye kampeni, kwa sharti moja tu; kumtaka mzee huyo abadili dini na kuwa MUislamu. Ilielezwa kuwa John Malecela tayari alikuwa amesilimu na sasa jina lake halisi lilikuwa Athumani Malecela.

Ilivumishwa pia kuwa kati ya mamia ya barua yaliyokuwa yakichapishwa kwenye vyombo vya habari kutaka CCM imteue Edward Lowassa kugombea Urais, robo tatu ya barua hizo ziliandikwa na Lowassa mwenyewe au watu ambao aliwalipa. Aidha, waziri huyo kijana alisemekana kuwa alikuwa na pesa nyingi kuliko umri wake na kuwa Mwalimu Nyerere alikuwa na jalada lililoeleza ukweli juu ya madai haya.

Aliyekuwa Waziri wa Fedha, Kighoma Malima, umbaye alishurutishwa kujiuzulu kwa madai ya kudidimiza uchumi wa nchi kutokana na misamaha ya kodi; alisemekana kuwa na mabilioni ya fedha za kigeni ambayo aliyahifadhi katika benki moja ya nje. Kwamba aliapa kuitumia hata senti yake ya mwisho, hata kwa kutumia majeshi ya kukodi, na kwa nguvu ya Uislamu hadi aupate Urais wa Tanzania.

Ilivumishwa kuwa masharti yaliyowekwa na CCM ya kila mgombea wao awe na walao shahada moja ya Chuo Kikuu, yaliwekwa maalumu kwa ajili ya kumdhibiti aliyekuwa Waziri wa Mambo ya Ndani na Naibu Waziri Mkuu, Augustine Lyatonga Mrema; ambaye alikuwa amejijenga vizuri sana kwa wananchi na kwenye vyombo vya habari, hali ambayo ilimfanya ashukiwe kuwa angeweza kuteuliwa. Aidha, ilivumishwa kuwa sharti hilo lilipendekezwa na Nyerere mwenyewe ambaye aliuogopa sana umaarufu wa Mrema na kwamba pendekezo hilo liliungwa mkono kwa kauli moja na wanakamati wengine ambao walimchukia au kumwogopa Mrema huku wakiumezea mate urais.

Katika ujumla wa uvumi huu, ilisemekana kuwa ndege iliyotumiwa na Kikwete pamoja na Lowassa kutafuta sahihi elfu moja za wanachama huko na huko mikoani ilitolewa na Mbunge mmoja kijana, ambaye ilidaiwa kuwa aliahidiwa Uwaziri wa Fedha iwapo mmoja kati yao angeshinda.

Uvumi mkubwa zaidi ni pale ilipodaiwa kuwa wana CCM wengine wote walikuwa wasindikizaji tu, chaguo la Nyerere, ambalo ilisemekana aliahidi kuwa lingetimia kwa gharama yoyote, ni Benjamin William Mkapa, na 'kwamba kwa msimamo huo, Nyerere alikuwa katika mapambano makubwa na Mwinyi; ambaye alimtaka John Samuel au Athumani Malecela.

***

Siku chache baadaye, mengi yaliyoonekana kama uvumi usio na msingi, yalianza kuwa kweli. Augustine Lyatonga Mrema aliondolewa kwenye Wizara mashuhuri ya Mambo ya Ndani na kupewa ile iliyosahauliwa ya Kazi na Vijana. Na siku chache baadaye alifukuzwa uwaziri baada ya kukiuka taratibu za Baraza la Mawaziri na kuishambulia serikali hadharani, ndani ya bunge, kwa madai kuwa ilikuwa ikiwalea na kulinda wahujumu wa uchumi, kama Chavda.

Hotuba yake hiyo, ambayo kwa kila hali, ilipelekea Rais kumfukuza kazi, kwa wananchi wengi ilimfanya aonekane shujaa na mtu pekee ambaye angeweza kuing'oa CCM madarakani. Hivyo, mara tu baada ya kauli ya Mwinyi, Mrema alijiuzulu ubunge na kujivua uanachama wa CCM. Na siku chache baadaye akajiunga na chama cha NCCCR-Mageuzi ambako alipewa kila kitu, uenyekiti na ugombea urais.

Na kwa mara ya kwanza nchi iliona kile ambacho haijapata kukiona; upinzani wa dhati ulionyeshwa waziwazi na sehemu kubwa ya wananchi dhidi ya chama ambacho kimeitawala nchi tangu uhuru. Maandamano makubwa na mikutano yenye umati wa kutisha ambao haukujali mabomu ya Jeshi la Polisi ilifanywa nyuma ya Mrema huku mara kwa mara wananchi wakimbeba au kulisukuma gari lake kwa masafa marefu.

Naye, kwa kutumia uzoefu wake katika propaganda, aliwahakikishia wananchi 'uhakika' wa safari yake ya Ikulu na kuahidi kuwa wahujumu wengi wa CCM 'watakunywa maji kwa karai' badala ya 'wanyonge' wasio na 'hatia' waliojazwa magerezani. Wimbo wake mashuhuri wa 'CCM *Bye Bye*' ulitawala mikutano ya kampeni.

Changamoto hiyo ya Mrema ilifuatwa na kampeni za kummaliza ambazo pia nchi haikuziona. Chama chake kilielezwa kuwa cha kikabila, elimu yake ghafla ikawa duni, isiyofaa katika awamu ya 'Sayansi na Teknolojia,' huku yeye binafsi akitajwa kama dikteta, kichaa, mjinga wa mwisho na kadhalika. Anjelina, aliyedai kuwa mke mdogo wa Mrema aliibuka kusikojulikana na kuanza kuvua nguo hadharani kwa dhamira ya kumdhalilisha. Aidha, Mwalimu Nyerere alikutana na Mrema na kumtaka akagombee ubunge Moshi, urais amwachie Mkapa, jambo ambalo Mrema alilipinga na Nyerere akaahidi kupiga kampeni dhidi yake.

Inasemekana katika mkutano uliofanyika Msasani jijini Dar es Salaam, Nyerere alimwambia Mrema *'I can't let my country go to the dogs'* kwa maana ya kutokuwa na uhakika na utawala wao iwapo wangeshinda. Akina Marando waliitafsiri kauli hiyo makusudi kuwa Mwalimu amewaita 'mbwa', hivyo Watanzania wote ni mbwa, tamko ambalo liliamsha hasira kali ya watu mbalimbali dhidi ya Mwalimu, barua za kumshutumu zikimiminika kwenye vyombo vya habari.

Wakati huo huo, Nyerere alifanya 'vitu vyake' ndani ya CCM. Kitabu alichoandika juu ya udhaifu wa Malecela na Kolimba kilipoelekea kuwamaliza kisiasa alitumia jukwaa la chama hicho Dodoma kuwaengua katika kasi ya urais pamoja na wengine wote isipokuwa Msuya, Kikwete na Mkapa. Hao pia Chimwaga ilitumiwa kuwachuja hadi alipobakia Benjamin William Mkapa ambaye alitangazwa rasmi kama rais mtarajiwa na mgombea pekee wa chama hicho.

Awali, ilidaiwa kuwa Mkapa hafahamiki. Lakini ghafla alifahamika. Kila pembe ya nchi ilimfahamu, huku sifa zake zikitajwa na madhambi yake ambayo mwenyewe aliomba yaelezwe hadharani kutoonekana hata moja. "Ni msomi anayezungumza Kiingereza kuliko Waingereza wenyewe ... hana papara ... hatafuti vyeo bali vyeo humtafuta yeye ..." na kadhalika ni miongoni mwa sifa ambazo Rais Mwinyi alimvisha Mkapa katika moja ya mikutano ya kampeni, ikiwa ishara kuwa CCM sasa walikuwa kitu kimoja katika vita ya kuimiliki Ikulu.

Lakini Mrema alimkebehi Mkapa kwa kumwelezea kuwa 'hana historia ya kupambana na maovu ... atakuwa Rais wa kuchongwa ... '

Kighoma Ally Malima naye alikuwa amejitoa CCM na kujiunga na upinzani. Chama alichochagua, NRA, ambacho hakikuwahi kuwa na nguvu kilipata uhai mpya, hasa kutokana na madai ya mamilioni ya fedha ambazo alizitegemea kuzitumia kwenye kampeni za uchaguzi. Sababu nyingine iliyafanya chama hicho kianze kutupiwa macho ni madai kuwa alikuwa ameamua kutumia nguvu ya Waislamu ambao walielezewa kuwa hawakuridhishwa na kitendo cha CCM kumweka Mkapa badala ya Muislamu mwenzao na kuwa wengi wao hawakuwa na imani na Mrema. Hivyo, iliaminika kuwa chama cha NRA kingetoa jibu kwa Waislamu hao ambao mara nyingi Malima alionyesha kuunga mkono kuwa serikali ilikuwa ikiwanyima haki.

Ilidaiwa kuwa mkutano wa kwanza wa chama hicho, uliopangwa kufanyika mkoani Tabora, ulikuwa ufanyike msikitini, jambo ambalo uongozi wa NRA ulidai kuwa ni moja ya kampeni za kuwapaka matope. Malima aliutumia mkutano huo kueleza msimamo wake na dhamira yake ya kwenda Ikulu. Mkutano ulimpa baraka zote. Baada ya mkutano huo, Malima alirejea Dar es Salaam ambako alikaa muda mfupi na baadaye kufanya ziara katika nchi za Kiarabu na kisha London, Uingereza.

Kilichofuata baada ya hapo ni taarifa za kushtusha za kifo chake, kwamba alikufa ghafla akiwa kitandani ambamo alilala na mkewe mdogo. Taarifa ya madaktari waliochunguza kifo hicho, kwa mujibu wa Serikali ya Tanzania, ni kuwa alikuwa amekufa kwa shinikizo la damu.

Lakini, kama kawaida, mengi yalianza kusemwa juu ya kifo hicho; sirini na hadharani. Wako waliodai kuwa alijiua. Wengine walidai kuwa alikufa kwa ugonjwa wa moyo baada ya kwenda benki na kupata akaunti yake iliyokuwa na mabilioni ya fedha imefungwa na fedha zote kuletwa Tanzania kwa amri ya serikali. Aidha, kuna walioamini kuwa aliuawa kwa mitishamba na viongozi wa Tanzania ambao walihofia sana harakati zake za kutumia Uislamu kwenye kampeni za Uchaguzi Mkuu.

Ndiyo, yalisemwa mengi na bado yatasemwa mengi. Ukweli ni kuwa kutokuwepo kwa uwazi katika mkasa huo wa kutatanisha kulifanya kifo hicho kiwe kitendawili ambacho hakijateguliwa hadi leo.

Sura ya Nne

❂⦅⦆·❂❂⦆

KING Halfan King alizitazama pilikapilika hizo za kwenda
Ikulu kwa kicheko cha ndani kwa ndani. King alimcheka
kimoyomoyo kila mgombea, ambaye alijitokeza na kuanza
kampeni kwa mikutano ya hadhara na kwenye vyombo vya
habari, huku kiasi akimhurumia kwa kujua kuwa pilikapilika
zake zote ni mbio za sakafuni ambazo zingeishia ukingoni.
Tanzania ilikuwa inahitaji rais mmoja tu na rais huyo hakuwa
mwingine isipokuwa yeye. Hilo alikuwa na hakika nalo.

Awali ndoto yake ya kwenda Ikulu ilikuwa wazo tu, ambalo
kama binadamu yeyote, hakuwa na hakika wa mafanikio kwa
asilimia mia moja. Ni kweli kuwa alikuwa na nia, lakini kila
aliyejitokeza alikuwa na nia pia. Ni kweli kuwa alikuwa na
mbinu lakini vilevile ni kweli kuwa kila mmoja alikuwa na
mbinu.

Matumaini yake mwanzoni yalikuwa kwenye pesa, azitumie
kuliuza jina lake kwa nguvu zote; azitumie kununua nafasi
yake katika wagombea wa CCM hadi atakapobakia kuwa
mgombea pekee. Baada ya hapo angeliuza tena jina lake,
na kuuza sera zake, huku akitumia lugha ambayo wananchi
wengi masikini wa Tanzania waliihitaji; lugha ya faraja na
matumaini kwa hali yao ngumu kiuchumi. Hilo, pamoja na
kumwaga visenti hapa na pale, lingemwezesha kufika Ikulu.

King hakuwa mpumbavu. Alijua wazi kuwa pesa zingekuwa
waziwazi kwa wagombea wengi wa CCM. Kwa kuzingatia
jinsi viongozi wengi wa chama walivyokuwa fukara, baada ya
kuyumbishwa na 'sera za ujamaa na kutishwa na nyimbo za
'Azimio la Arusha' au 'Tume za tabia za viongozi', alifahamu

fika kuwa wengi wao walitegemea sana kupokea 'chochote' kwa siri badala ya kutumia mbinu halali za kuishi. Hivyo, alikuwa na hakika kuwa wenzake wengi pia wangetoa chochote ambacho kingepokelewa.

Hata hivyo, matumaini yake makubwa ya kupitishwa yalitokana na ukweli kuwa kwa kiwango fulani alikuwa mgeni katika genge la 'wenyewe' ndani ya CCM. Hilo aliamini kwa kiasi fulani lingemsaidia, kwa kuzingatia fununu za mgawanyiko ndani ya chama hicho. Nyerere alikuwa na mtu wake, Mwinyi alikuwa na wake, na vingunge wengine wengi walitaka watu wao wachaguliwe. Ufumbuzi katika mgogoro huo, ambao alitarajia kuukuza, ungekuwa kuteua mtu mgeni ambaye hakuwa mwingine zaidi ya King Halfan King. Kwa upande mwingine, alitegemea kutokuwa kwake kama mmoja wa vingunge waliobobea ndani ya CCM kungeliweka jina lake mahala pazuri zaidi kwa wapigakura wengi ambao hawakuwa na imani na viongozi wengi wa CCM.

Kwa ujumla ilikuwa kamari. Alichohitaji ilikuwa kuicheza kwa mbinu na tuo. Na alikuwa ameanza kwa barua tatu tu kwenye magazeti, moja ikimtaja kama mtu ambaye alifaa kuwa Rais wa Awamu ya Tatu na mbili zikiunga mkono, barua ambazo aliziandika mwenyewe hata kabla ya kuchukua fomu za kugombea. Alijipa sifa za kawaida ili kutowazindua watu mapema, hadi wakati mwafaka utakapowadia.

Alipokuwa akianza kupanga kwenda kuchukua fomu za kugombea, alitembelewa ghafla na mgeni ambaye alimpa matumaini yote ya kuwa rais baada ya Mwinyi, na kumfanya abadili kabisa mbinu alizoandaa awali.

Alikuwa na tabia ya kubaki ofisini peke yake wakati mwingine hadi saa tano za usiku. Muda huo ndipo alipopata fursa ya kushughulikia masuala yake nyeti badala ya muda wa kawaida ambao mara nyingi aliishia kutoa maelekezo, kuzungumza kwenye simu, kupokea wageni, kusoma barua na purukushani nyingine za kawaida.

Usiku wa leo alipanga kuzungumza na rafiki zake walioko kwenye vyombo vikubwa vya habari duniani, BBC na CNN. Alikusudia kuwaambia waanze ile kampeni ya kuliuza jina lake kimataifa kwa kumwelezea kama mgombea pekee kijana, mwenye mawazo ya kimaendeleo na mwelekeo wa kiuchumi ambao unaweza kulifanya taifa la Tanzania liache kuwa ombaomba. Hali kadhalika, kwa hila za hali ya juu, King alitarajia kuwamaliza wagombea wengine kimataifa kwa kufichua udhaifu na madhambi yao. Mkakati huo ulipangwa kuendeshwa pia katika magazeti makubwa kama *The Times*, *News Week*, *The Independent* na mengineyo.

Ni kweli kuwa waandishi na wahariri wa vyombo vya habari vingi vyenye hadhi duniani hawahongeki wala kununulika lakini King alikuwa na uhakika kuwa kauli hiyo ni nadharia tu. Kivitendo, kwa kuzingatia bei, hakuna binadamu asiyenunulika. Kwanza, kuna magendo gani kwa mhariri wa gazeti au televisheni, ambaye kila siku ana wasiwasi wa kukosa habari za kutosha, kutumia uhakiki au uchambuzi wa kina juu ya wagombea wa urais katika nchi ambayo inafanya uchaguzi wa vyama vingi kwa mara ya kwanza katika historia ya uhuru wake?

King alivuta kitabu chake cha kadi na kuchambua alizozihitaji. Ni wakati akisogeza mkono wake kwenye simu ili apige, alipohisi kuwa hakuwa peke yake ofisini. Alipoinua macho yake yalikutana na ya mgeni, ambaye alikuwa akijikaribisha mwenyewe kwa kuketi kwenye kiti cha wageni. Alikuwa ameingia kimya kama kivuli na kufungua mlango kwa utulivu kama mzimu; jambo ambalo lilimfanya King amwogope mgeni huyo na kuhisi kuwa hakuja kwa wema.

"Samahani kwa kukuingilia bila taarifa," mgeni huyo alisema huku akijaribu kuumba kitu kama tabasamu katika uso wake. 'Samahani' haikuwemo katika macho yake makali, wala tabasamu halikufanikiwa kuchanua katika uso huo mkavu, uso ambao King aliuhisi kama wa bondia au askari ambaye alipata kukumbana na mikasa mizito, ingawa haikumwachia kovu. Rangi na sura yake ilimsuta kama Mjapani au Mchina mwenye mchanganyiko na Mmarekani, ingawa alizungumza Kiswahili safi.

"Wewe ni nani na unadhani unafanya nini kuingia ofisini kwangu bila hodi?" alimuuliza.

"Nadhani nimekwishaomba samahani, bwana King."

"Enhe ... na wewe ni nani?"

"Kunifahamu ni hadithi ndefu ambayo haitakusaidia kwa sasa," mtu huyo alisema huku akiwa tayari ameishiwa na akiba yake ya Kiswahili na kuhamia katika lugha ya Kiingereza, "La msingi ni kwamba nimekuletea habari kubwa na njema kuliko zote ambazo umewahi kupata."

"Habari gani?" King alimuuliza kwa Kiingereza vilevile.

"Kubwa. Kubwa sana... Tunafahamu kuwa umedhamiria kugombea urais wa Tanzania. Siyo?" King alipotikisa kichwa aliongeza, "Umepata." Akasita. "Lakini," aliendelea. "Si kwa njia unayofikiria wewe, ya kujaza fomu, uwapelekee akina Nyerere Dodoma, wakuchague, kisha usubiri kura. Utakuwa na wazimu kama unaamini kuwa unaweza kuifikia Ikulu ya Dar es Salaam kwa njia hiyo."

King alihisi kiasi fulani cha ukweli katika maelezo haya. Hata hivyo, kwa sababu fulani alijikuta akikasirishwa na mtu huyu. Kwanza, ameingia ofisini mwake bila ruhusa kama mwizi na hata kabla hajajieleza yeye ni nani anaanza kuielezea siri yake ya kwenda Ikulu, ambayo hajaiweka wazi kwa mtu yeyote, na kuanza kuuchambua mpango wake mzima wa kwenda Ikulu kama kwamba ni upuuzi na utoto mtupu.

"Sikiliza ndugu," alimwambia. "Kwanza sioni kama una haki yoyote ya kuingia hapa na kuanza kunifundisha wajibu wangu. Unajua bado sijakufahamu?"

"Haitakusaidia kwa sasa."

"Na wala sijawahi kuwa na nia ya kwenda Ikulu kwa njia yoyote ya mkato zaidi ya ile ya halali itakayowekwa na tume halali iliyachaguliwa."

"Njia halali!... Tume halali!... Utakuwa kipofu au kiziwi kuamini hilo. Nani aliyekuambia kuwa Tume ni halali? Chama kinachotawala ni chao, kwa vyovyote tume itakuwa yao. Kwa upande mwingine wapi uliwahi kuona uhalali katika uchaguzi wa Kiafrika? Abiola wa Naigeria alijaribu kutumia uhalali kwenda Ikulu, akashinda kura, leo hii anaozea kizuizini badala ya Ikulu. Mandela alijaribu kutumia uhalali, ilimbidi kusubiri miaka ishirini na saba jela, kabla ya dunia kumpigania afike Ikulu. Kaunda aliamua kuondoka kihalali, leo hii anajaribu kurudi kihalali tayari amewekewa pingamizi chungu nzima. Naweza nikakupa mifano mia moja na moja ya aina hiyo. Naamini wewe huwezi kunipa hata mfano mmoja wa uchaguzi halali katika bara hili."

King aliyatafakari maelezo yake. Kiasi yalikuwa na ukweli. Lakini hayakuwa mageni kwake. Baada ya utawala wa kitemi, uliofuatiwa na biashara ya utumwa, na baadaye ukoloni; Afrika ilijikuta imekumbwa na maradhi ya kutoitambua demokrasia. Hilo alilijua fika. Na alijua vilevile hatua za kurejesha vyama vingi, na chaguzi za aina hiyo ambazo zinafuata, ingawa zina kasoro hapa na pale, bado ni hatua kubwa ya kuelekea katika demokrasia. Aliamini kuwa, hatua yake ya kushiriki uchaguzi wa kwanza wa vyama vingi ni mchango mkubwa kwenye harakati za kuijenga demokrasia. Na hatua yoyote ya kukiuka aliiona kama usaliti kwa taifa na bara lake. Hata hivyo, alimuuliza taratibu mgeni huyo, "Kwa hivyo?"

"Kwa hivyo, tumekaa, tukajadiliana na kuona kuwa kuna haja ya kutumia mbinu kidogo, za kawaida, ambazo zitakufikisha Ikulu."

"Kwa nini mnifikirie mimi?"

"Swali zuri," mgeni alijibu akijaribu tena kuumba kitu kama tabasamu katika uso wake. "Swali zuri sana. Lakini jibu lake ni rahisi tu. Ukweli ni kuwa wewe ni mtu mwenye bahati kubwa kuliko wagombea wengine wote. Tumekaa vikao kadhaa, na kuafikiana kuwa wewe ni mtu unayestahili kukabidhiwa nchi hii."

King alipoonyesha mshangao kidogo msemaji huyo aliongeza, "Tumeona kuwa huna kasumba kubwa ya U-CCC kama wengine, huna njaa ya pesa za kula, una elimu ya kutosha na mawazo ya kimaendeleo. Nchi hii ni kubwa sana, tajiri sana; lakini ni kuwa masikini sana duniani. Tumechoka kuipa misaada. Tumechoka kuisamehe madeni. Tunataka mtu ambaye ataifanya ing'oe nanga kuelekea kwenye ufanisi. Bahati imekuangukia wewe."

Kwa kila hali zilikuwa habari njema. Lakini King hakuelewa kitu gani kilimfanya aendelee kujisikia kutomwamini mtu huyo. Akaamua kumtupia swali ambalo lilikuwa likimtatiza zaidi, "Umekuwa ukisema 'Tume... tuka... tuli ... ' Nyie ni akina nani na mnategemea nini katika hili?"

"Swali jingine zuri," alijibiwa. "Nitaanza kujibu la mwisho. Hakuna tunachotegemea kutoka kwenu zaidi ya kuona nchi hii bikira kiuchumi inainuka na kuanza safari. Hasa tutakachopata ni kuondokewa na kero ya kuombwaombwa mikopo na misaada, kuombwaombwa kusamehe madeni na, kubwa zaidi, ni kuona maelfu ya watu wenu wakikimbilia kwetu na kufanya tubebe mzigo ambao haukuwemo katika taratibu zetu za kimaendeleo.

"Kuhusu swali lako la awali, naomba kwa sasa unichukulie kama mtu wa kawaida tu ambaye anaweza kuwa mjumbe wa IMF, EEC, Benki ya Dunia, EABD au shirika lolote la kimataifa linalojishughulisha na uchumi wa nchi changa. Nichukulie pia kama mfanyabiashara ambaye amechoka kukamuliwa kodi ili azisaidie nchi kama hii yenu. Nichukulie chochote kile, la msingi ni kulitafakari pendekezo langu na unipe jibu kesho muda kama huu."

"Nitakupataje wakati huo," King aliuliza.

"Usihangaike. Mimi nitakupata wewe."

Usiku huo Halfan hakupata usingizi. Ugeni alioupata na ujumbe ulioambatana nao vilimsumbua kichwa. Kama binadamu mwingine yeyote, na aliyekuwa na kila dhamira ya kwenda Ikulu alijua jibu pekee alilostahili kutoa ni moja tu; 'Nimekubali.' Lakini kilichomsumbua ni jinsi jambo hilo lilivyotokea kirahisirahisi kama riwaya. Leo unaota ndoto ya kugombea urais, kesho unatokewa na mtu ambaye anakuhakikishia kuupata urais! Riwaya! Haiwezekani kuwa jibu lake la 'Ndiyo' linaweza kumgharimu kuliko alivyotegemea?

Wazo hilo, hasa Liliangeza uzito kutokana na wasia wa baba yake, siku ile ya mwisho katika uhai wake, alipomtaka kushikamana na TANU ambayo sasa ni CCM. Wasia ambao alikuwa ameuzingatia hadi leo, na sio siri kuwa umemfanya kuwa mmoja wa watu wachache ambao chama hicho kimewanufaisha.

Kauli ya mgeni ilimtaka kuachana na CCM. Ilimtaka kutumia njia nyingine, yenye uhakika wa kumfikisha Ikulu. Njia ipi hiyo? Na kwa nini ateuliwe yeye? Swali juu ya swali, kiasi cha kufanya usingizi uzidi kumkimbia. Hadi saa saba ya usiku alikuwa bado akigaagaa kitandani.

Alifikiria kuinua simu ampigie Lilian na kumtaka ajiandae ili ampitie waende zao katika kilabu chochote cha usiku. Alishindwa kufanya hivyo baada ya kukumbuka kuwa, Lilian, kama asilimia nyingine tisini na tisa ya Watanzania, hana simu nyumbani kwake na alikuwa hajaitimiza ahadi yake ya kumnunulia simu ya mkononi. Hivyo, aliishia kuinuka na kukusanya mikanda ya video na kuanza kuitazama kwenye runinga, mmoja baada ya mwingine.

Mchana huo kwa Halfan ulikuwa hauna mwisho. Muda aliuona kama hauendi. Kila alipoitazama saa yake ilikuwa kama imesimama na alipolitupia macho jua Lilianyesha kuwa na mgomo baridi. Hata hivyo, alijua fika kuwa tatizo halikuwa saa wala jua. Tatizo lilikuwa yeye mwenyewe. Ni yeye aliyetaka muda uende upesi kuliko ilivyo kawaida ili aweze kuwasiliana na yule mgeni, ambaye alikuwa hata hajapata kumfahamu kwa jina.

Alikuwa hajafahamu angemjibu nini. Alihisi kitu kama upinzani katika nafsi yake, moyo wake ukimtaka akubali wakati roho ikimshawishi akatae, hali ambayo ilimfanya kutwa nzima ashindwe kufanya shughuli yoyote ya maana.

Hatimaye alifurahi, muda wa kazi ulipokwisha na kujikuta amebakia peke yake ofisini. Aliketi juu ya moja ya makochi yake ya ofisini humo, akitazama runinga, mara ITV, mara DTV, mara CTN; na kadhalika. Baadaye aliamua kutazama CNN ya Marekani. Ukweli ni kuwa alikuwa haoni chochote.

Mara kwa mara macho yake yaliruka kutazama mlango au saa, huku masikio yake yakiwa yametegwa kwenye simu.

Saa moja!

Saa mbili!

Saa tatu!

Kimya! King alianza kupata wasiwasi. 'Yawezekana haji? Huenda amewasiliana na wagombea wengine na kuwaona bora zaidi?' alijiuliza. Kisha aliangua kicheko. Ni wakati huu alipojiuliza anachofanya ofisini hapo akingojea kutembelewa na mtu ambaye hakumfahamu. Matapeli wangapi wamejaa duniani? Yawezekana kabisa huyu ni mmoja wao, tayari amejifurahisha na sasa yuko mahala pengine akimwaga uongo mwingine. Au yawezekana ...

Simu ililia. Aliruka na kukwanyua kikono cha kuzungumzia. "*King General Enterprises*," alisema.

"Halfan, vipi mwenzangu?"

Ilikuwa sauti ya kike, sauti aliyoifahamu sana. Kwa muda aliduwaa na simu mkononi, akiwa hajui aseme nini. Haikuwa simu aliyoitegemea.

"Halfan! Vipi? Mbona kimya?"

"Vipi nini? Hujambo na watoto?"

Alisikia msemaji huyo wa upande wa pili akishusha pumzi.

"Mbona sikuelewi?" aliulizwa baadaye.

"Huelewi nini?"

"Unajua niko *Embassy Hotel*?"

"*Embassy*... Unafanya nini huko?" aliuliza kwa mshangao.

"Yaani hukumbuki, King? Hukumbuki kuwa ulinitaka tukutane hapa leo ili tukamilishe mipango ile. Niko hapa tangu saa mbili na ... "

Ndiyo kwanza akakumbuka. Aliahidiana na Fatma Shariff, mama wa watoto wake, kukutana naye hapo *Embassy* usiku wa leo ili wajadili ndoa yao. Uamuzi wa kuoa, au kufunga ndoa ulimjia kwa nguvu zaidi tangu alipopata dhamira ya kwenda Ikulu. Aliamini, kwa mujibu wa mila za Kiafrika kuwa mtu asiye na familia hakuaminika kupewa dhamana kubwa kama uongozi wa nchi.

Kuoa halikuwa tatizo. Tatizo lilikuwa amwoe nani katika mlolongo wa wasichana wengi, ndani na nje ya nchi ambao walikuwa wakiisubiri bahati hiyo. Hakuwa mtu wa wanawake. Lakini kwa umri wake, madaraka yake na pesa zake, alijikuta akikutana na kila aina ya wasichana, ama kwa matakwa yake ama bila matakwa yake. Kila msichana aliyekutana naye, kwa namna yake alikuwa hodari wa kupenda na fundi wa kumlea mwanamume. Kila mmoja vilevile alikuwa mzuri wa sura na umbile.

Kila mmoja, isipokuwa Fatma Shariff. Yeye ni mmoja kati ya wale wasichana ambao huwezi kusema kuwa ni wazuri, ingawa vilevile huwezi kuuona ubaya wao, msichana ambaye ukifuatana naye hakuna atakayekuonea wivu wala kukudharau, yupo kama hayupo. Maumbile haya ya Fatma yaliambatana na tabia yake. Alikuwa msichana mtaratibu na hakujua kumsumbua mtu. Kama utaamua kumpeleka *out* sawa, kama hujaamua hana neno. Kama ukitokea kila siku hana neno, kama utatoweka kwa siku kadhaa hana swali. Kwa upande wa pesa vivyo hivyo. Hakuwahi kuomba, hakupata kunung'unika hata mara moja. Ukitaka mpe, atapokea, usipotaka acha; hakuulizi.

Pengine ni tabia yake hiyo ambayo ilimfanya King ajikute amezaa naye mtoto wa kike ambaye alikuwa na miaka saba sasa. Ikiwa mimba ambayo haikutarajiwa, King alifanya kila jitihada kumshawishi waitoe, lakini kwa mara ya kwanza Fatma alimgomea. Akiwa msichana anayejitegemea, kutokana na mshahara wake mzuri wa ukarani katika kampuni moja binafsi ya uwakala wa meli, kamwe hakumsumbua King kwa lolote hadi King mwenyewe alipoamua kumpeleka Marekani kwa masomo zaidi, mwaka juzi.

Wakati huo tayari Fatma alikuwa na mtoto mwingine, wa kiume mwenye miaka mitatu. Huyu, zaidi ya dada yake alikuwa King mtupu, tangu sauti, mwendo, macho hadi tabia. Wote waliafikiana kuwa mtoto huyu wa pili, alipatikana kwa bahati mbaya zaidi, kutokana na kule kukutana kimwili mara moja tu, bila kutarajia. Hivyo, waliafikiana kutorudia tena, hadi majuzi, King alipozuka na wazo la ndoa, ambalo kwanza lilimshangaza sana Fatma, kisha likamsisimua.

Uamuzi wa kumwoa Fatma ilhali ni Lilian aliyeimeza nafasi ya wasichana wengine wote katika maisha yake, kwa ubora wake chumbani na uzuri wake hadharani, ulimpa King changamoto kubwa katika kuufikia. Alijua kila mtu angeshangaa. Alijifariji kwa kujikumbusha kuwa si kila mtu anayefahamu kuwa yuko safarini kwenda Ikulu. Na kama rais angeziepuka vipi chokochoko za vyombo vya habari wakati ameoa 'shangingi dogodogo' na kuacha mama wa watoto wake akitaabika?

Hiyo ilikuwa sababu moja. Sababu ya pili ilitokana na maoni yake binafsi kuwa purukushani za Lilian kitandani na uzuri wake mitaani, vilimfanya awe mwanamke mzuri kwa uhawara badala ya ndoa. Hakujua kama ulikuwa uamuzi wa busara, au wa haki, lakini alikuwa amekwishaamua.

"King!" Fatma alimpigia kelele ndani ya simu.

"Mbona sikuelewi? Unasema hujui nafanya nini hapa?"

King akalazimisha kicheko, "Ah, usijali Fatma. Nilikuwa nikikutania tu. Sikia. Baada ya robo saa nitakuja. *Okay?*"

"Labeka."

Aliifunga ofisi yake bila ya kujisumbua kusubiri zaidi; akiwa na kila hakika kuwa mgeni wa jana alikuwa amemwingiza mjini. Hakujali sana, maadamu hakumtoa 'upepo' kama ilivyo tabia ya matapeli wengine. Alichofanikiwa kufanya ni kumchelewesha kuchukua fomu! Kwa siku moja tu, jambo ambalo angelifanya mapema sana siku iliyofuata.

Alimkuta Fatma akiwa peke yake kwenye meza ya watu wanne, kando ya bwawa la kuogelea, akinywa soda aina ya Mirinda, mkononi akiwa na gazeti la Heko. ‹Hana gharama,› King aliwaza kwa tabasamu la sirisiri wakati akiketi na kumbusu. Aliagiza toti nne za *John Walker* na *Club Soda*.

"Kwa nini hunywi bia? " alimuuliza Fatma.

"Basi tu."

Ndiyo kwanza King akaikumbuka sababu nyingine iliyomfanya ampende msichana huyu. 'Basi tu'. Mara kwa mara 'basi tu' lilikuwa jibu lake pekee. 'Kwa nini meneja wako anakuonea?' 'Basi tu.' 'Kwa nini wewe hukupata safari ya masomo Ulaya?' 'Basi tu.' 'Kwa nini ulipoona nimechelewa jana ukaendelea kunisubiri?' 'Basi tu.'

Siku moja King alitafakari kwa makini uhusiano wake na Fatma. Alijiona alivyo mpenzi asiyefaa, laghai, asiye na ahadi na ambaye mara kwa mara alitoweka bila taarifa. Lakini kila alipojikuta na haja ya kumwona Fatma alikuwepo, akimsubiri kwa hamu, hali ambayo ilipelekea siku hiyo aamue kumuuliza kwa utaratibu, "Hivi Fatma, unanipendea kitu gani hasa?"

Jibu alilolipata ni lile lile, "Basi tu."

"Yaani unanipendea, 'basi tu?'"

"Ndiyo"

"Kwa nini?"

"Basi tu."

Hali hiyo taratibu, ilimfanya yeye mwenyewe alipoulizwa

na rafiki zake anampendea nini Fatma, wakati ana wasichana wa uhakika kama Lilian ajikute akijibu, "Basi tu."

Hawakuwa na mengi ya kuzungumza. King aliithibitisha nia yake ya kufunga ndoa ya haraka, mapema iwezekanavyo. "Mambo ya sherehe yatafuata baadaye. Kwa sasa tutakachofanya kesho kutwa ni kwenda kufunga ndoa ya kiserikali."

Waliafikiana.

Ikafuata mipango ya kuweka ratiba sawa, mashahidi, wapiga picha, usafiri na kadhalika. Baada ya mwafaka huo, Fatma alikubaliana na ushawishi wa King na kunywa bia, badala ya soda. Kama kawaida yake, bia ya tatu alikuwa tayari amelewa. Kila baada ya dakika kumi aliinuka kwenda msalani kwa mwendo wa kuyumbayumba.

Ni katika moja ya safari zake hizo, King alipotembelewa na mgeni wa jana. King hakujua alikuwa amekaa wapi. Alishtuka kumwona akijikaribisha ghafla kwenye kiti huku akisema, "Kwa hivyo ni Fatma, badala ya Lilian? Uamuzi wa busara. Hatukukutegemea kwenda Ikulu huku ukiwa hata mke huna."

King alimtazama kwa mshangao. Akiwa na toti kumi za *John Walker* kichwani, alitamani kumbwatukia kila alilomfikiria. Hata hivyo, kwa ajili ya wingi wa watu alisita na badala yake kumwambia kwa upole, "Nilidhani utani ule ulioanza jana, leo usingeendelea."

"Utani!" Mgeni alimtazama kwa mshangao.

"Hatufanyi utani King. Tumedhamiria. Mikakati yote iko tayari. Utashangaa kuwa tunakufahamu, nje na ndani, kuliko hata mwenyewe unavyojifahamu. Sina budi kukupongeza kwa kumchagua mama watoto wako, badala ya yule *chek-bob*.

"Kama ninakuelewa, nadhani jibu nililolitegemea kwako

ni 'ndiyo' au 'siyo'? Vizuri. Sasa tutakuwa na mengi ya kufanya kuliko muda unavyoturuhusu. Naona mchumba anarudi. Shika hii, kesho nipigie simu," alisema akiondoka baada ya kumpa King moja ya kadi zake.

Sura ya Tano

❂ ⅏ ⋅ ✦ ⋅ ❂ ⅏

LILIAN alisoma habari za arusi ya King na Fatma kwenye gazeti la Jumatatu. Ndoa ilikuwa imefungwa tangu Ijumaa na sherehe kufanyika siku ya Jumamosi, siku ambayo kutwa nzima alikuwa akiusubiri mlio wa gari la King, ambaye kama ilivyokuwa kawaida yao, wangepotelea katika moja ya mahoteli hadi alfajiri ya Jumatatu. Kutotokea kwake kulimshangaza sana, kwani miaka sasa ilikuwa imepita kwa utaratibu huo wa ndoa za mwisho wa wiki, kila anapokuwa na shughuli nyingi; na kila jioni anapokuwa hana shughuli. Hivyo, kwa kutomwona siku hiyo alihisi kuna jambo. Alitamani kwenda mtaa wa pili, kwenye duka la Mchaga mwenye simu kumpigia simu ili ajue kulikoni. Hata hivyo, ile jeuri ya kike na aibu ya kwenda kuongea mambo ya mapenzi kwenye simu mbele ya foleni ya woteja wengine kulimfanya avumilie na kujifungia chumbani kwake mapema. Jumapili pia hakuwa ametoka, hadi leo, alipoamka na kukutana na gazeti hili.

Aliisoma habari hiyo mara kadhaa, huku mara kwa mara akiitazama picha ya bwana na bibi arusi iliyoambatana na habari hiyo. Haikumwingia akilini. Alikuwa kama mtu anayesoma riwaya au kutazama picha ya sinema ambayo haina ukweli wowote.

'King hawezi kuoa... Hawezi kumwoa mwanamke mwingine yeyote zaidi yangu...' aliwaza akilitumia gazeti hilo kupunga upepo. Mara akaangua kicheko. Shoga yake, wa nyumba ya pili, ambaye aliingia na nakala nyingine ya gazeti hilo mkononi; alimkuta katika hali hiyo na kupigwa na butwaa. Kutokana na jinsi mapenzi baina yake na King yalivyokolea, alitegemea amkute Lilian katika majonzi, si vicheko.

"Umeshaona kumbe Lily! Nilikuwa nimekununulia gazeti baada ya kusikia watu wakisimuliana," alisema.

"Nimeona shoga," Lilian alimjibu kwa sauti iliyojaa kicheko.

"Wanaume bwana!"

"Wanaume, shoga; ndivyo walivyo."

Mara ukaanza kumjia akilini, mwanzo kabisa wa safari yake ndefu ya mapenzi na King. Wakati huo alikuwa kidato cha tatu katika shule ya wasichana ya Jangwani. Pengine alikuwa msichana pekee katika darasa lake ambaye alikuwa hajapata kufanya mapenzi na mvulana. Alikuwa akiwasikia wenzake walivyokuwa wakizungumza mambo yao na wapenzi wao kwa undani kabisa. Ilipokuja zamu yake, ili asionekane mbumbumbu yeye pia alisimulia juu ya bwana wake, mwenye gari na pesa nyingi. Alisimulia jinsi ambavyo kila Jumapili wanakwenda ufukoni na baadaye kufanya mapenzi. Aliifanya hadithi yake kuwa nzuri na ya kuaminika, ingawa ukweli ni kuwa alikuwa akisimulia mambo ambayo alikutana nayo katika riwaya za mapenzi na kuyaona katika mikanda ya video tu.

Halafu siku moja akatokea bwana wa kweli! Mwenye gari! Ilianza kama inavyowatokea wasichana wengi wa mjini, lifti. Siku hiyo alitoka shule saa saba, lakini hadi saa kumi alikuwa bado yuko katika kituo cha *Fire* akisubiri basi. Kila basi lililokuja lilikuwa limejaa, au halikukubali kupakia wanafunzi. Kwa umbile lake alikuwa mtu wa kukataa lifti kila siku isipokuwa leo ambapo alilazimika kukubali.

Waliingia wasichana watatu. Wenzake walishuka

Magomeni Mapipa. Yeye alikuwa akienda Kinondoni.

"Nitakupeleka, kijana huyo aliyekuwa nyuma ya usukani, alisema. "Mie naitwa King," alijitambulisha.

"Na wewe mwenzangu?"

"Lilian."

"Lilian ... Jina zuri."

Wiki mbili baadaye, alasiri ya Jumapili, Lilian akiwa katika mavazi yake ya nyumbani, gauni la kijani, laini, lililomkubali vilivyo; aLiliana gari la King likipita mbele yake. Alikuwa kituoni akisubiri basi la kwenda Mwenge kumtembelea shoga yake. Alimsalimu King kwa tabasamu jepesi baada ya kumwona akimchungulia dirishani. Mara akasimamisha gari na kumwita.

"Twende nikupeleke."

"Leo nakwenda mbali, Mwenge."

"Nitakupeleka."

Kwa aibu Lilian aliingia. King alimtazama kwa makini, akijiuliza alipata kumwona wapi msichana huyo mrembo. Alipokata tamaa aliuliza, "Hivi tumeonana wapi, mpenzi?"

"Hukumbuki?" Lilian alicheka. "Si uliwahi kunipa lifti hadi Kinondoni, tukitoka shule na shoga zangu?"

"Shule! Shule gani?"

"Jangwani."

"Alah! Sasa nimekumbuka. Kwa kweli, sikujua kama nimemchukua msichana mzuri hivi! Yale mayunifomu yanawaharibu sana," alisema huku sauti na macho yake vikionyesha kuwa anasema ukweli. "Hebu nikumbushe tena lile jina lako zuri, tafadhali."

"Lilian."

Hakufika Mwenge. Safari yake iliishia ufukoni mwa bahari ya Hindi ambako walipunga upepo na kuzungumza huku mikono ya King ikicheza hapa na pale katika mwili wa Lilian, jambo ambalo, kwa mshangao, lilimfariji badala ya kumkera.

Na tangu hapo King akageuka kuwa mwalimu wa Lilian. Alimfundisha kila kitu, kufanya mapenzi; kunywa pombe; kucheza dansi na starehe nyinginezo. Alimpeleka kila hoteli kubwa jijini Dar es Salaam na kusafiri naye katika miji ya Lusaka, Nairobi, Lagos, London, Paris, Hong Kong na kwingineko.

Naye Lilian aliondokea kuwa mwanafunzi mzuri. Kwa ujumla, aliondokea kuwa mwalimu kwa King katika masuala mengi ambayo mwenyewe alimfundisha. Alijua kuchagua mavazi ambayo yalimtia King mwenyewe kiwewe. Alicheza muziki kwa kiwango ambacho kila mtu alimwonea wivu. Kitandani alikuwa 'kichaa' kwa namna ambayo ilimfanya mwanamume ajione mfalme wa wafalme.

Yote hayo, ikiwa ni pamoja na kukataa kuendelea na masomo ya kidato cha tano ingawa alifaulu vizuri na kutoa mimba mara tatu kwa siri, Lilian aliyafanya kwa ajili ya mapenzi yake kwa King. Kwake King alikuwa mfalme na dunia yake pekee. Si kwa ajili ya pesa zake wala madaraka yake, la, bali ni kwa kuwa alijiona ametosheka, ameshiba. Haoni wala hasikii la mwanamume au la mwanamke mwingine yeyote.

Naam, King ambaye... King ambaye... Linasemaje gazeti hili? Amefunga ndoa! Ndiyo kwanza akapambazukiwa na ukweli wa maandishi na picha aliyokuwa akiiona. "Haiwezekani!" alifoka ghafla. Kisha akaangua kilio.

Shoga yake alimshika na kumpeleka chumbani ambako alimlaza chumbani baada ya kumfariji kwa maneno mengi.

'Haiwezekani,' Lilian aliendelea kuwaza. 'King hawezi kunifanya hivi. Kuna makosa kwenye picha hii. Hata kama angeniacha mie, hana namna ya kuoa kinyago kama hiki.'

Mara tu jirani yake huyo alipoondoka, Lilian aliinuka,

akajitupia mavazi na kuchukua pochi yake. Akaanza kutoka. Kisha alikumbuka kitu. Akarudi chumbani na kuvuta kabati la chini ya kitanda, ambamo alitoa bastola yake ndogo ya 35 *Calibre* aliyopewa na King kama zawadi yake ya kuzaliwa. Alikuwa hajawahi kuitumia, lakini alijua isingemshinda. Akaitia ndani ya pochi na kuanza kutoka. Mara akakumbuka kitu kingine. Akarejea kwenye kabati na kutoa kanda ndogo ya video ambayo pia aliitumbukiza katika pochi.

Hatua ya kwanza ya safari yake iliishia dukani kwa Mchaga ambako aliomba simu na kumpigia King.

King hakufahamu kama alistahili kuifurahia au kuichukia simu hiyo ya Lilian, ambayo aliipokea mwenyewe. Ni kweli kuwa kule kuisikia tu sauti yake kulimfanya ahisi faraja kubwa moyoni, ingawa ujumbe uliokuwa ndani ya sauti hiyo uliashiria shari. Ujumbe huo ulimkuta akiwa taabani kimawazo kutokana na mambo mengi yaliyomtokea kwa wakati mmoja. Mambo mengi kuliko urefu wake, mazito zaidi ya umri wake.

Juzi tu alifunga ndoa, ndoa ya siri, ambayo aliitarajia kuwa na sherehe fupi tu, ya waalikwa. Lakini iliondokea kuwa kama kila mtu katika jiji la Dar es Salaam aliamua kujialika kiasi cha kufanya iwe tafrija kubwa iliyovuta vyombo vyote vya habari. Ikamshangaza kesho yake alipokutana na gazeti moja la mambo ya kifamilia likiwa limeupamba ukurasa wake wa mbele kwa picha yake na mkewe wakicheza muziki wa ufunguzi.

Juu ya yote haya kulikuwa na yule mgeni wa ajabu, ambaye sasa alifahamu kuwa anaitwa Christopher Marlone kutokana na kadi yake aliyompa, ikiwa imemtaja kama Mkurugenzi wa kampuni iliyoitwa kwa ufupi kama TN (WORLD WIDE) yenye matawi katika miji mbalimbali ya dunia. Huyu alimpigia simu usiku ule ule waliokutana *Embassy* bila kutarajia na kumthibitishia kuwa lazima angekuwa rais, baada ya Mwinyi. Aidha, alimpa majukumu ambayo King aliyaona kama ya kipuuzi, kupata mzoga wa beberu la mbuzi, ambalo halina jeraha; kuliandika ubavuni: wajinga Ndiyo waliwao na kisha kulizika chini ya jukwaa la Papa, Jangwani. Jukumu lake la pili lilikuwa kununua mzoga wa jogoo na kuufunga ndani ya kasha pamoja na saa ndogo ya betri na kisha kumtumia Joram Kiango, kwa anwani ambayo mgeni huyo aliitoa. Yote haya alitakiwa kuyafanya kwa siri sana, kwa namna yoyote isifahamike kuwa ameyafanya yeye.

King hakuona vipi mambo haya yalihusiana na harakati zake za kwenda Ikulu. Aidha, kwa jinsi alivyozisikia habari za Joram Kiango hakuona kwa namna gani mchezo huo wa kijinga dhidi yake, ungeweza kuipa baraka safari yake ya Ikulu.

"*Brother*, unamfahamu Joram Kiango lakini?" aliwahi kumuuliza.

"Sana."

"Na unafahamu unachokifanya?"

"Bila shaka."

"Sioni kwa vipi kumtumia mizoga ya mbuzi na kuku kuta..."

"Sikiliza kwa makini King," Marlone alisema kwa sauti. "Tangu sasa utafanya kila ninalokwambia, bila maswali. Joram Kiango tunamhitaji, kwa namna tunayojua sisi. Yeye ni mtu pekee ambaye anaweza kunyoosha au kuharibu harakati hizi. Hivyo, kuna njia maalumu zilizoandaliwa kukabiliana naye. Kwa sasa fuata maelekezo yetu yote, na jihadhari usiwasiliane naye kwa namna yoyote nyingine. Upo?"

"Nipo."

"Vizuri. Sasa hatua itakayofuata ni wewe kwenda kuchukua

fomu ya kuandikisha chama chako. Tafuta jina lolote zuri la chama hicho, jaza fomu zao na uwalipe malipo ya awali. Maelekezo mengine yatafuata baadaye."

Kuchukua fomu! Wakati wenzake walikuwa katika hatua za mwishomwisho, za kampeni; kulimchanganya sana King. Mpango wake wa awali wa kuwanunua wazee wa CCM, au kununua chama chochote kidogo, chenye usajili wa kudumu, ulikuwa umepuuzwa na mshauri huyo, ambaye pia alimtaka kutohangaika na kelele zozote za kampeni. Mara kwa mara alijiona mjinga na kuhisi kuwa alikuwa akifanywa zuzu kupewa matumaini ya kwenda Ikulu kwa njia isiyoeleweka. Lakini simu ambazo alizipiga katika nchi tatu, kati ya sita zilizoorodheshwa kwenye kadi ya Marlone, angalau zilimpa imani kuwa alikuwa akishughulika na mtu mwenye wadhifa mzito na akili timamu.

Simu ya kwanza aliipiga nchini Marekani, katika mji wa New York, ambako ilipokelewa na msichana mwenye sauti nzuri, aliyezungumza Kiingereza cha Kimarekani kumwarifu kuwa 'bosi' Christopher Marlone alikuwa katika ziara ya kibiashara katika nchi moja ya Afrika Mashariki. Alimtaka King aache ujumbe au apige simu baada ya wiki moja. Kama karani aliyefunzwa, msichana huyo alikwepa kijanja kujibu maswali yote ya ndani ambayo King aliyauliza. Simu ya pili ilikwenda Paris, Ufaransa, ambako ilijibiwa na mashine iliyodokeza kuwa 'Monsieur' Marlone yuko Afrika, mpigaji simu aache jina na namba yake ili atakaporejea ampigie simu. Ya tatu, iliyokwenda Frankfurt, pia ilijibiwa na mashine kwa sauti ya msichana mwingine ambaye alizungumza kwa Kijerumani kwanza na baadaye Kiingereza ikisema kwa ufupi kuwa 'boss' yuko safarini, na kuuliza kama angependa kuacha ujumbe.

Hata hivyo, kuelewa kuwa anashughulika na mtu mwenye

wadhifa wa juu haikukusaidia. Hakuona kama alikuwa na haki ya kuacha akina Mkapa, akina Mrema, akina Lipumba na Cheyo waendelee kutamba huko na huko nchini, katika kampeni ilihali yeye, ambaye anatarajiwa kuwa rais amekaa kitako, baada ya mtu mmoja aliyezuka kama mzuka kumwambia akae kitako. Hali kadhalika, kule kuachwa gizani, bila kujua ni mikakati gani inayosukwa; hakukumpa uhuru wa kustarehe.

Na juu ya yote hayo, simu hii ya Lilian ambaye alikuwa akiendelea kumfokea.

"Unanisikia King, au hunisikii?"

"Nakusikia, mpenzi."

"Usiniite 'mpenzi'!" Lilian alifoka tena. "Mpenzi wako tayari umemwoa juzi! Mimi ni malaya wako, bwege lako, ambalo umelitumia ulivyopenda hadi majuzi ulipokinai na kuamua kuoa mwanamke anayestahili kuolewa!"

"Lilian!" King naye alikuja juu. "Sikiliza, napenda uelewe kitu kimoja. Nimeoa, ndiyo. Lakini naomba uelewe kuwa kuoa kwangu hakujajenga ukuta kati yetu. Fatma ni mke wangu, lakini wewe ni mpenzi wangu. Kuoa nimefanya kutimiza wajibu tu. Wewe unajua zaidi ya mtu yeyote mwingine kuwa mwanamke pekee duniani, aliyeumbwa kwa ajili yangu ni wewe. Sivyo, *darling*?"

King alimsikia Lilian akishusha pumzi. Kabla hajasema kwa sauti ambayo haikuwa na hasira kama awali, "Lazima tuwe wakweli King. Lazima tukubaliane kuwa wakati wa kudanganyana mapenzi umekwisha." Akatulia kidogo kuyapa maneno yake hayo nafasi ya kutua katika kichwa cha King. Halafu akaendelea, "Nilichotaka kukukumbusha, ambacho nadhani umesahau ni jinsi ambavyo umeyachezea maisha yangu na kisha kunitupa kama ganda la muwa. Ulinifanya nipuuze masomo yangu, ukanikosanisha na wazazi wangu uliponihamisha nyumbani na kunikodia nyumba; na juu ya yote ulinipumbaza nisiweze kuwaona wala kuwasikiliza wanaume wengine ambao walikuwa na nia halisi ya kunioa."

"Lilian!" King alijaribu kumzuia asiendelee.

Lakini safari hii Lilian hakumsikiliza. "Najua una ndoto za mwendawazimu za kwenda Ikulu. Najua umeona kuwa mimi sifai kuwa mke wako ukiwa rais wa nchi hii. Sasa naomba unisikilize vizuri. Ikulu huendi, na ukienda hukai. Nitalichafua jina lako ndani na nje ya nchi hii kwa kiwango ambacho hujapata kuona mfano wake. Labda umesahau madhambi yako mangapi nayafahamu. Pengine umesahau mambo mangapi ya ajabu tumekuwa tukiyafanya chumbani mimi na wewe. Ninayo kumbukumbu nzuri na njia nyingi za kutangaza vitendo hivyo hata watu wakuone kama ulivyo; mnyama asiyestahili heshima. Nakuhakikishia nitaivunja hadhi yako kama wewe ulivyoivunja yangu," Lilian alizidi kumweleza King.

Kati ya yote ambayo King alihitaji katika kipindi hicho, hilo hakulitegemea. Kwa muda, alipigwa na butwaa. Kisha alikumbuka kuwa dawa ya mwanamke mwenye njaa ya mapenzi ni mapenzi. Akatia kicheko katika sauti yake na kusema, "Lilian, *darling*. Naona hujaelewa chochote nilichojaribu kukueleza. Unaonaje tukikutana mahala, ambapo tutazungumza kama watu wazima, badala ya kutupiana makombora kwenye simu?"

Lilian alilainika kiasi. "Tukutane wapi?"

"Ndege *Beach*. Ile hoteli ya JKT ambayo tulikuwa tukienda mara nyingi. Nitampigia yule kijana, Afande Salum, atuchukulie chumba. Ukifika mwombe ufunguo, oda chakula na vinywaji, mimi nitafika baada ya muda si mrefu."

"Mbona umechukua hoteli ya mbali hivyo?"

"Umesahau kuwa nimeoa juzi?" King alisema, kauli ambayo ilimtoka kwa bahati mbaya; akijua jinsi ilivyomuumiza Lilian. "Kule ni mbali, hakuna marafiki watakaovuruga maongezi yetu muhimu. Vilevile tukionekana pamoja, leo tu, baada ya arusi ya juzi italeta riwaya mpya. Si unafahamu *paparazi* walivyofurika siku hizi?"

"Sawa, lakini uwahi. Vinginevyo hutanikuta."

"Nitawahi. Chukua gari. Kama huna pesa hapo mwambie Salum alipe, nitamrejeshea," alisema akiitazama saa yake.

"Ninazo."

Chumba katika hoteli ya Ndege, iliyojengwa ufukweni kabisa mwa bahari ya Hindi, ni kimojawapo cha vibanda vingi vilivyojengwa mbalimbali kwenye ufuko huo kwa mpango wa kujitosheleza. Kila kimoja ni nyumba ndogo yenye bafu, jiko, choo na vifaa vingine.

King alipewa namba ya kibanda chake, kwenye simu na rafiki yake huyo; ambaye walifahamiana Monduli walipokutana kwenye kazi moja ya uongozi. Hivyo, alipopaki gari lake mbele ya hoteli hiyo, mnamo saa mbili za usiku, hakuhitaji kumwuliza mtu; bali alitembea taratibu juu ya mchanga kuendea kibanda hicho.

Mlango ulikuwa umerudishwa. Aliusukuma na kuingia ndani ambako televisheni ndogo mezani ilikuwa ikionyesha taarifa ya habari ya ITV. Kwa nuru ndogo ya kusomea iliyokuwa ikitokea upande wa pili wa kitanda, King aliweza kumwona Lilian akiwa amelala kitandani. Kando yake, kwenye kijimeza kidogo kulikuwa na glasi ya bia ambayo ilinywewa nusu, huku kopo la *Stella* lililofunguliwa likiwa pembeni.

King alifikia kwenye kochi. Aliongeza mwanga kwa

kuwasha taa kubwa, kisha akajimiminia toti nne za *John Walker* kutoka kwenye chupa aliyoipata mezani. Alibugia mafunda mawili kabla ya kutulia kusikiliza taarifa ya habari.

'CCM kimesema kimeongoza nchi hii kwa kuwa wananchi wa Tanzania wanapenda amani, kina uhakika wa ushindi kwenye Uchaguzi Mkuu ujao... '

'Mwenyekiti wa NCCR-Mageuzi, Bw. Augustine Lyatonga Mrema, amesema chama chake kitawafungulia mashtaka viongozi wote watakaobainika kuhujumu uchumi kwa namna moja au...'

'Kiongozi wa UDP, Bw. John Cheyo, amesisitiza kuwa Watanzania lazima wajiepushe na siasa za chuki na kisasi ... '

Kampeni... Kampeni... Kampeni, King aliwaza akiifunga stesheni hiyo na kuhamia nyingine ambayo ilikuwa ikipiga muziki wa kigeni. Alipunguza sauti, akavua jaketi lake na kulitupa kwenye kochi la pili. Akameza wiski nyingine. Kisha akajaribu kuhamishia akili yake kwa Lilian, akijiuliza amkabili vipi kupambana na tishio lake. Baada ya kuwaza sana, bila jibu, aliona amsikilize kwanza kabla ya kusema lolote.

Alizivua nguo zake, akahamia kitandani. Aliivuta shuka iliyomtenganisha na Lilian. "Amka wewe mtoto mvivu," alisema akijilaza kando yake na kumkumbatia. Alikuwa akisogeza uso wake kumbusu wakati alipopata hisia za hali ambayo haikuwa ya kawaida.

Mwili wa Lilian ulikuwa umepoa kuliko ilivyo kawaida yake. Kwa ujumla alikuwa baridi. Hata alipomsukasuka huku akiliita jina lake, Lilian hakuitika wala kutikisika. Ni wakati alipojaribu kumwinua alipoiona damu nyingi ambayo ilikwishaanza kuganda chini ya mwili wake.

King alikurupuka kutoka kitandani na kupepesukia bafuni ambako alitapika kwa muda mrefu. Kisha alikusanya nguvu na kurejea kitandani kuhakikisha. Haikuhitaji utaalamu wa daktari kuthibitisha kuwa Lilian alikuwa marehemu. Tundu kubwa, la kitu kama chuma au risasi chini kidogo ya kisogo chake; ambalo lilivuja damu nyingi na ubongo ni kitu ambacho King aliamini kuwa kilisababisha kifo chake. Jinsi alivyolala kwa utulivu juu ya kitanda, na utaratibu wa kawaida uliokuwa chumbani humo vilimfanya aamini kuwa kifo chake hakikuwa cha kawaida, alikuwa ameuawa. Kwa jinsi muuaji alivyoifanya kazi yake kwa ustadi mkubwa, King alihisi kuwa alikuwa mzoefu.

'Nani anayeweza kumwua Lilian?' Kwa mshangao, machozi yalianza kumtoka. 'Kwa kosa gani?'

Alifahamu fika kuwa hakuwa na majibu. Wazo la kuwapigia simu polisi ili wafanye uchunguzi likamjia. Hata hivyo, alilitupilia mbali wazo hilo kwa kuijua tabia ya polisi, yeye ambaye amemwona kwanza na ambaye alikodi chumba hicho, angekuwa mtuhumiwa wa kwanza. Jambo ambalo wangefanya kwanza lingekuwa kumtia mahabusu mbaroni na kisha kuanza uchunguzi ambao usingechelewa kubaini kuwa Lilian alikuwa zaidi ya mchumba wake ambaye aliachwa 'kwenye mataa' na kuwa alikuwa ametishia kumuumbua. Kwa kuyajumuisha haya mawili polisi wasingechelewa kuendelea kumshikilia kama mtuhumiwa namba moja, jambo ambalo lingemfanya aozee Keko, huku matumaini ya urais yakididimia. 'La, asingejipeleka polisi,' aliamua.

Suala sasa lilikuwa namna ya kujikwamua kutoka mtego huo wa panya. Afanye nini? Jibu la awali la kuutupa mzoga. Wapi? Baharini, ambako ungeliwa na papa na kutoonekana tena. Alipoitazama saa yake ilikuwa ni saa nne na dakika kumi usiku. Isingekuwa busara kushughulika na mwili wa marehemu mapema kiasi hicho. Ilimlazimu kusubiri.

Kusubiri chumbani humo akiwa na maiti peke yake ni kitu ambacho hakikumwingia akilini. Aliamua kwenda baa ambako aliketi peke yake na kuagiza vinywaji kwa fujo.

Afande Salum alishangaa alipoingia kumwona King ameketi peke yake akinywa bia. Alishangaa zaidi alipofika mbele yake na kumsalimu. King hakuonyesha dalili yoyote ya kumwona. Ilikuwa dhahiri kuwa ingawa mwili wake ulikuwa ndani ya baa hiyo, akili yake ilikuwa zaidi ya maili elfu moja nje. Salum hakuhitaji ushahidi zaidi kuamini kuwa kulikuwa na ugomvi baina ya King na mpenzi wake, Lilian.

Kama ilivyokuwa kwa mamia ya vijana wengine, Salum alimhusudu sana Lilian. Kila alipomwona alimtamani na kutamani kumwambia hivyo. Heshima yake kwa King na hofu ya kudharauliwa na Lilian ni vitu pekee vilivyofanya asite kumwambia kile alichokifikiria. Hivyo, kila King alipopanga kukutana hapa na Lilian, ilikuwa ni kama adhabu kwake yeye aliyekuwa mhasibu wa hoteli. Kazi hiyo haikumfurahisha na aliifanya shingo upande lakini mara kwa mara walipoketi pamoja na kunywa, huku King akimwaga bia na maongezi ya kusisimua na Lilian akichangamsha kwa sura yake ya kuvutia na vicheko vya kusisimua, Salum alijikuta akiwazoea kama ndugu.

King alipopiga ile simu, jioni ya siku hiyo na baadaye Lilian kufika, Salum alihisi kuna jambo. Lilian alikuwa amepungua ghafla, nuru katika uso wake ikiwa imekwisha. Hata alipomsalimu, Salum alihisi sauti yake haikuwa na ile afya yake ya kawaida.

"Vipi mpenzi," alimuuliza alipokuwa akimkabidhi ufunguo. "Huonekani kama Lilian ninayemfahamu!"

"Hujakosea sana, kaka Salum. Mie pia naona kama sijifahamu," Lilian alijibu akipokea ufunguo na kuanza kuondoka. Baada ya hatua mbili tatu, alifanya kama anayekumbuka jambo na kumwita Salum pembeni. "Kuna kitu nataka nikukabidhi kaka yangu," Lilian alisema akipekuapekua katika pochi yake na kutoa bahasha ya kaki iliyofungwa vizuri. "Tafadhali sana, nihifadhie mzigo wangu huu. Tukielewana na King nitakuita uniletee. Kama hatutaelewana nitakuomba unihifadhie hadi kesho nitakapoufuata."

Salum aliipokea bahasha hiyo huku akijizuia kuuliza kisa cha ugomvi wao. Lakini alipokumbuka kusikia habari za ndoa ya King kwa mwanamke mwingine, hakuhitaji kuuliza. Aliifungia amana hiyo kwenye droo yake na kuendelea na shughuli zake.

Hivyo, alipomwona King peke yake, akinywa kwa fujo katika hali ya kuchanganyikiwa, alielewa kuwa hakukuwa na mwafaka wowote baina yao. Aliamua kutomsumbua, akaenda zake nyumbani kwake.

King alipojikuta amebakia na mwuzaji peke yake ndani ya baa, wakati saa ikionyesha kuwa ni saa nane kasoro za usiku, alinyata kwenda ufukoni, ambako aliwaona wavuvi wakiweka mitumbwi yao. Alipata mtumbwi mmoja mdogo uliokuwa umevutwa nchi kavu na kasia zake kusahauliwa kando. Alikusudia kuutumia kuusafirisha mwili wa Lilian hadi baharini ambako angeutosa na kurejea nyumbani kwake.

Aliporidhika alinyata tena kurudi kibandani kwake, ambako aliamua kutowasha taa kubwa, hadi chumbani ambako aliwasha ile ndogo ya kusomea. Alipotupa macho yake kitandani hakuyaamini. Si kwamba kitanda kilikuwa tupu tu, bali pia kilikuwa kimetandikwa vizuri kana kwamba hakikuwahi kutumiwa!

Mwili wa Lilian ulikuwa umetoweka!

Sura ya Sita

●○●·○●(

WAGENI wako wametuibia."
Afande Salum aliinuka kutoka kwenye vitabu vya hesabu alivyokuwa ameviinamia na kumtazama msemaji. Alikuwa yule mama wa makamo ambaye watu walizoea kumwita kwa jina la utani, Bi Mkora, kutokana na maneno yake mengi. Yeye ni mmoja kati ya raia wachache waliokuwa wameajiriwa na hoteli hiyo kuwasaidia vijana wa Jeshi la Kujenga Taifa katika huduma za kutunza vyumba na upishi.

"Wageni wangu, wageni gani hao?" Salum aliuliza.

"Yule mnayemwita nani vile? Kingu... "

"King!" Salum alimsahihisha akicheka.

"Huyo huyo."

"Na ameiba nini?"

"Shuka tatu, foronya mbili na mto mmoja."

Salum akaangua kicheko. "Sikiliza Bi Mkora," baadaye alisema. "Watu kama wale wakiamua kuiba hawaibi shuka, wanaiba zabuni. Na wizi wao ni wa mamilioni, sio visenti."

"Lakini wameiba shuka," bibi huyo alisisitiza. "Jana nimewatandikia mwenyewe, shuka nne, mito miwili na foronya zake. Na leo mimi nilikuwa mtu wa kwanza kuingia chumbani humo. Hakuna shuka, hakuna foronya. "

Salum alimtazama kwa mshangao. Kwa kadri alivyomfahamu mama huyu, hakuwa na mzaha kwenye kazi yake. Wala hakuwa na muda wa kucheza. Lakini pia alimfahamu vizuri King na msichana wake, Lilian. Ni wazimu kuwafikiria kuwa wanaweza kuiba shuka. Salum alimshauri mama huyo kumwachia suala hilo ili alitazame kwa makini zaidi.

Huku nyuma alijaribu kutafakari ujumbe huo wa Bi Mkora. Hakuona kama una kichwa au miguu. Lakini alipoikumbuka hali aliyomwona nayo King wakati alipokuwa amekaa peke yake usiku akinywa pombe kali kama maji, na alipoikumbuka amana aliyopewa na Lilian na maelezo yake, 'Tukielewana na King nitakuita uniletee. Kama hatutaelewana nitakuomba unihifadhie...' alihisi kuna jambo zaidi ya jambo baina ya wapenzi hao.

Alivuta mtoto wa meza yake na kutoa bahasha aliyokabidhiwa na Lilian. Ilikuwa ya kawaida, isiyo na maelezo yoyote juu. Ndani mlikuwa na kitu kigumu kama kitabu kidogo au mkanda wa kaseti. Akiwa na hakika kuwa jibu la ugomvi wa King na Lilian liko ndani ya bahasha hiyo, Salum alifanya kila jitihada kumfukuza shetani wake aliyekuwa akimshawishi kuifungua. Aliirudisha bahasha hiyo ndani ya droo na kuifunga.

Wazo la pili lilimchukua kwenda kukagua chumba au kibanda hicho kilichodaiwa kuibiwa. Alikuta mlango ukiwa wazi, kitanda kikiwa hakijapata shuka nyingine. Bila kujua alichotafuta, alijikuta akichungulia hapa na pale; uvunguni, nyuma ya kitanda, chini ya makabati na kadhalika. Kila kitu kilikuwa katika hali yake ya kawaida. Alihamia kwenye kasha la takataka na kulifunua. Ni humo alimodhani amepata kitu alichokuwa akitafuta, foronya iliyokuwa imekunjwakunjwa na kufutikwa chini ya taka nyingine. Aliichoropoa na kuikunjua. Ilikuwa na damu nzito ambayo ilikuwa tayari imekwishaganda!

'Unaona?' Salum aliwaza akitabasamu. 'Huyu msichana alikuwa katika siku zake. Ni hilo lililomfanya bwana wake akasirike na kumwacha peke yake chumbani.'

Akiwa na wazo hilo, Afande Salum alirejea kwenye shughuli zake, akiamini kabisa kuwa Lilian angezirudisha shuka hizo mara baada ya kuzisafisha. Kiasi alimdharau Lilian alipojiuliza ni msichana wa aina gani duniani, aliyesoma, ambaye hawezi kujua tarehe yake hata amtie bwana wake hasara na aibu kiasi hicho. Lakini muda mfupi baadaye, baada ya kukumbuka wingi wa damu aliyoiona, na kutoweka kwa shuka tatu zaidi, pamoja na ujumbe alioachiwa, alihisi kuwa huenda kuna jambo zaidi ya siku za kawaida za mwanamke. 'Au ametoa mimba?' alijiuliza. Dakika iliyofuata alikuwa kwenye simu akizungumza na ofisi ya King.

"Leo hajafika, labda ujaribu nyumbani kwake," sekretari wake alimjibu akimtajia namba hiyo.

Ilipokelewa na sauti ya kike iliyothibitisha kuwa hapo ni nyumbani kwa King na kumtaka mpigaji aseme jina lake.

"Naitwa Salum, ananifahamu zaidi kwa jina la Afande Salum. Naweza kuzungumza naye tafadhali?"

"Bila shaka."

King alipokuja kwenye simu, sauti yake ilikuwa tofauti kabisa na ile ambayo Salum aliizoea. Alionekana kama mtu dhaifu, asiyejiamini.

"Unasemaje ndugu yangu?" aliuliza baada ya salamu za kawaida.

Ndiyo kwanza Salum akajikuta hajui alipanga kumwambia nini. King si mtu wa kuambiwa 'Bibi yako amechukua shuka zetu' au akishazisafisha aturudishie.' Hali kadhalika, hakuona kama ilikuwa uungwana kumuuliza, 'Lilian anakaa wapi?' na kadhalika. Baada ya kufikiri harakaharaka alimwambia,

"Shida yangu ilikuwa ndogo tu, mzee. Nilikuwa nikijiuliza lini tena mtakuja hapa."

"Kwa nini?"

"Kuna mzigo, barua ya kawaida, ambayo Lilian ameisahau ofisini kwangu alipokuwa akiondoka."

Salum alimsikia King akishusha pumzi kwa nguvu kabla ya kuuliza, "Lilian! Ameisahau lini barua hiyo?"

"Leo asubuhi."

"Leo asubuhi! Sikiliza Afande Salum. Unajua mimi ni rafiki na ndugu yako mpenzi?"

"Najua. "

"Sasa kwa nini unanifanyia hivi?"

Ilikuwa zamu ya Salum kukumbwa na mshangao. "Nakufanyia nini? Nadhani sikuelewi mzee!"

"Unanielewa sana. Wewe umezungumza na Lilian leo?"

Salum alisita kujibu. Ulikuwa uongo ambao aliusema bila kukusudia, akijua kuwa hauna madhara yoyote. Ukweli ni kuwa alikuwa amezungumza na Lilian jana, sio leo.

"Salum... umezungumza na Lilian leo?" King alisisitiza upande wa pili.

Akichelea kuonekana mpuuzi, Salum aling'ang'ania maelezo haya. "Ndiyo... Kwa nini?"

"Najua unazungumza kwa niaba ya polisi," King aliendelea kufoka kwa sauti ambayo ilikuwa akitweta. "Najua wanakutumia. Sasa waambie kitu kimoja. Waambie..."

Ghafla simu ilikatika.

Salum alipopiga simu tena safari hii simu ilipokelewa na mtu mwingine ambaye alizungumza harakaharaka. "Ni wewe uliyekuwa ukizungumza na Bwana King? Anaomba radhi sana. Mara simu ilipokatika alipata udhuru wa haraka ambao umemtaka kwenda *Kilimanjaro Hotel*. Amekuomba uje hotelini hapo na ule mzigo wa Lilian. Atakusubiri hadi saa saba. Sawa?"

"Wewe nani kwani?"

"Ndugu yake. Tulikuwa pamoja wakati ukizungumza naye," sauti hiyo ilijibu.

"Nitajitahidi," Salum alijibu.

Hakujitahidi. Kwa ujumla aliamua kutokwenda mjini. Kitu fulani kilimfanya ashuku kuwepo kwa jambo zito zaidi ya kuchafua shuka na kijibahasha alichoachiwa na Lilian. Vinginevyo, vipi King atahayari na kuanza kuwataja polisi? Vipi simu ikatike ghafla na baadaye kujibiwa na mtu mwingine? Na vipi izuke ghafla safari ya *Kilimanjaro Hotel*? Zaidi ya yote, amana ni ya Lilian, sio ya King, vipi amwamuru kuipeleka?

Ni hayo yaliyamfanya apuuze safari ya mjini, na badala yake aamue kwenda nyumbani kwake, ambako angeifungua bahasha ya Lilian kuona ina nini. Alimuaga afisa waliyekuwa naye siku hiyo, Bablo Kinara, kuwa anatoka kwa muda. "Kama kuna mtu atakayepiga simu kuniuliza mwambie nimekwenda *Kilimanjaro Hotel*."

Bablo, mkaguzi wa mahesabu kutoka kampuni ya kujitegemea, kutwa nzima alikuwa akishuhudia Salum akihangaika kimawazo. Alishindwa kustahimili zaidi. "Kwani kuna nini *bro*?" alimuuliza. "Nakuona kama bata aliyemeza gololi ya moto."

"Mie pia ndugu yangu. Inawezekana kuna kitu nimemeza, au hakuna kitu. Wewe fanya kama nilivyokuagiza. Mtu yeyote atakayeniulizia, mwambie niko mjini. Tumeelewana?"

"Ndiyo, afande"

Nyumba yake ilikuwa eneo la Boko, kilomita kadhaa nje ya hoteli hiyo. Kwa kuwa siku hiyo walikuwa na gari moja tu la kazi, aliamua kwenda kwa mguu, taratibu, hadi alipopata lifti. Mke na watoto wake waliishi nyumbani kwao Same, hivyo alikuwa peke yake ndani ya nyumba hiyo. Alifungua mlango na kwenda chumbani kwake ambako aliketi juu ya kitanda na kuifungua taratibu bahasha ya Lilian.

Ndani mlikuwa na kitu kimoja tu, kanda ndogo ya video. Salum aliifahamu mikanda ya aina hii. Mara nyingi hutumika kupiga picha za televisheni au video kwa kamera ndogondogo. Televisheni yake ya kawaida isingeweza kuionyesha. Hivyo, aliamua kuirejesha ndani ya bahasha kwa kujiambia kuwa kesho asubuhi angekwenda mjini kwa rafiki yake mmoja ambaye alishughulika na masuala ya video, ili apate msaada wa kuangalia kilichomo ndani ya mkanda huo.

Aliamua kujipumzisha kidogo. Baadaye alijitengenezea chakula, akala, akaoga; kisha alibadili mavazi na kurejea kazini. Aliingia katika eneo la hoteli na kwenda moja kwa moja hadi ofisini kwake ili aone kama Boblo alikuwa na ujumbe wowote.

Alimkuta katika hali ambayo hakuitegemea. Alikuwa chali, juu ya sakafu, nyuma ya meza yake; matundu matatu ya risasi, moja usoni, mawili kifuani, yakiendelea kuvuja damu. Rafu, droo na kabati mbalimbali ofisini humo zilikuwa wazi, huku mafaili na pesa zikiwa zimetawanyika ovyo.

Salum hakujua kama yuko macho au ndotoni. Bablo, ambaye amemwacha muda mfupi tu uliopita, sasa hivi ni marehemu! Kitu kimoja alikuwa na hakika nacho, kifo hicho cha Bablo alikusudiwa yeye. Pekuapekua ya fujo iliyofanyika ofisini humo na mazingira ya kifo chenyewe, ilimdhihirishia kuwa kuna kitu kilichokuwa kikitafutwa, kitu ambacho alihisi kuwa ni ule mkanda wa video aliokabidhiwa na Lilian.

Laiti angefahamu kuwa mara tu alipoondoka watu wawili, waliovalia suti nyeusi waliingia ofisini humo na kumwulizia kwa nia ya kutaka kujua kitu gani kinaendelea, Bablo alijifanya kuwa yeye ndiye Salum. Walipomtaka atoe 'mzigo' aliopewa na Lilian alionyesha kubabaika, jambo ambalo watu hao walilichukulia kuwa ni kujaribu kuficha ukweli; hivyo mmoja wao akatoa bastola na kuifyatua mara tatu, kabla hawajaanza pekuapekua ya haraka ambayo haikuwa na mafanikio.

Salum alitupa macho huko na huko na kubaini kuwa hakuna mtu yeyote ambaye hadi muda huo alikuwa na taarifa yoyote. Aidha, alijua kuwa zaidi ya walinzi wa getini hakuna mtu aliyepata kumwona akiingia katika eneo hilo. Hivyo, aliufunga mlango wa ofisi hiyo na kurudi nyumbani kwake kwa njia za mkato. Huko aliutia mkanda ule mfukoni na kupanda gari la kuelekea mjini.

Alijua kuwa ilimpasa kuwasiliana na wakubwa wake. Alijua pia kuwa ilikuwa wajibu wake kuiarifu polisi juu ya mauaji haya. Lakini kitu fulani kilimshawishi kuwasiliana na mtu mmoja kwanza, wengine baadaye.

Joram Kiango.

Joram hakuwemo ofisini mwake Afande Salum alipofika, akiwa kalowa jasho mwili mzima. Nuru alimkaribisha na kumpa soda baridi, ambayo ilizidi kumchemsha. Hata hivyo, pangaboi chumbani humo lilimfanya apoe baada ya muda mfupi. Jitihada za Nuru kumfanya azungumze shida yake hazikufua dafu. Ni kweli kuwa Salum alifahamu Nuru ni nani katika harakati za Joram Kiango, lakini hakujisikia kutua mzigo aliokuwa nao kwa mtu yeyote zaidi ya Joram.

Kwa bahati, dakika ishirini baadaye Jorom alirejea.

Alimtupia mgeni salamu zilizoambatana na tabasamu

lililomfanya Salum, ambaye alikuwa akimwona kwa mara ya kwanza, aamini kile ambacho amekuwa akikisoma magazetini, kuwa hakuna binadamu mtulivu, mchangamfu, asiyeonyesha dalili yoyote ya kero kama Joram Kiango.

Ni Nuru peke yake aliyejua jinsi ambavyo Joram, kwa wakati huo, alivyokuwa taabani kwa uchovu. Si uchovu wa mwili bali wa akili, kutokana na maswali mengi ambayo yalikuwa yakiibuka kichwani mwake bila majibu.

Kama Joram Kiango angekuwa Mzulu, na kama angekuwa akiishi katika dunia ya hadithini, kama Umsolopagaas, angeweza kusema; 'Nasikia harufu ya damu, damu nyingi, ya kutisha, ambayo ingeambatana na Uchaguzi Mkuu'. Kwa bahati mbaya sana hakuwa mtu wa hadithini, wala ndotoni. Alikuwa mtu halisi, akitarajia maafa katika hali halisi.

Joram alianza kushuku dalili za kuwepo kwa njama za kutisha pale alipotumiwa ile barua iliyomwarifu juu ya mtu aliyezikwa hoi Jangwani, wakati kilichozikwa hapo ulikuwa mzoga wa mbuzi wenye maneno ya dhihaka. Siku chache baadaye Joram alikuta kasha kubwa lenye maandishi ya mkono yaliyasomeka 'bomu' juu yake, ndani mkiwa na mlio wa kitu kama saa. Hakujisumbua hata kulifungua kasha hilo ndani ya maji, kama Nuru alivyoshauri. Na kama alivyotegemea, alikuta ndani mkiwa na mzoga mwingine. Safari hii ukiwa wa kuku, jogoo.

Joram alijua huo ulikuwa mzaha mwingine. Lakini alijua kuwa haukuwa mzaha wa kawaida. Aliamini kabisa kuwa licha ya kumdhihaki, njia hiyo ilikuwa ikitumiwa kumfanya apuuze kila jambo ambalo angeweza kusikia au kuona katika kipindi hicho, kosa ambalo Joram alifahamu fika kuwa yeyote aliyelifanya atalijutia baadaye, kwani ndiyo kwanza alipata ari kubwa ya kufuatilia kwa karibu sana harakati za uchaguzi, akimchunguza kila mhusika, tangu wagombea, wapiga debe, hadi watu wengine ambao wangeweza kuhusika kwa njia moja au nyingine.

Kwa kupenya katika ofisi zao kwa siri, kusikiliza kauli zao kwenye mikanda ya kaseti kutoka kwa waandishi aliowapa maswali yake, kutazama sura zao kwenye video, kusoma nyaraka zao, kuwasiliana na rafiki zao ndani na nje kwa siri, na kadhalika. Joram aliweza kubaini mengi, mema na mabaya, katika uchaguzi huo.

Alibaini au kuthibitisha mashaka yake kuwa wengi kati ya walioanzisha vyama kwa madai ya kuchoshwa na madhambi ya CCM hawakuwa na uchungu wowote zaidi ya wivu au tamaa ya kupokonya nafasi hizo. Aidha, aligundua kuwa wengi waliokuwa na msimamo madhubuti dhidi ya chama hicho tawala hawakuwa na mtazamo wowote mpya zaidi ya upinzani peke yake. Wachache walikuwa na msimamo madhubuti na mtazamo wa kimaendeleo, lakini mwavuli wa CCM uliotanda mijini na vijijini, na ukomavu wake katika propaganda ulifanya waonekane kama maadui wa taifa, wasioitakia nchi mema.

Aidha, Joram alibaini kasi kubwa ya pesa katika kipindi hicho, kasi ambayo aliamini kuwa ingemtia katika matatizo ya kiuchumi yoyote ambaye angechaguliwa kuiongoza nchi. Wafanyabiashara wakubwa, wakiongozwa na Wahindi, licha ya kuacha kuagiza bidhaa walikuwa katika pilikapilika kubwa ya kukimbiza pesa zao nje ya nchi, kwa hofu ya vita. Aidha, matajiri hao walitumia mamilioni ya pesa kuchangia chama hiki ama kile kwa matarajio ya kupata fadhila mara waingiapo madarakani. Matajiri wajanja zaidi waligawa fedha zao kila upande ambao walidhani una matumaini ya kufika

Ikulu, bila kuwasahau wagombea ubunge.

Hali kadhalika, Joram aligundua juu ya nchi, mashirika na makampuni mbalimbali ambayo yalikuwa tayari yakiingia katika mikataba na baadhi ya vyama au wagombea kwa ahadi mbalimbali zitakazotekelezwa baada ya uchaguzi.

Ndiyo, aligundua mengi. Lakini katika yote haya, hakuona kubwa lolote, lenye vitisho au maafa aliyoyatarajia kwa kiwango alichokusudia, kwa yeyote aliyemfanyia vituko hivyo. Wazo hilo alilipata baada ya kufanya jitihada zote za kumfahamu mtu au watu waliomchezea kiasi hicho na kukuta wakiwa wamezificha nyayo zao kana kwamba walipitia angani kama buibui.

Alipotambulishwa kwa Afande Salum na kuyasikiliza maelezo yake kwa utulivu, bila kutumbukiza swali wala hoja yoyote, hadi mwisho, aliamini kuwa hatimaye, kile kilichofichika kilianza kutoa sura.

"Una hakika hakuna anayefahamu kuwa kuna maiti ya mtu ofisini mwako?" baadaye alimuuliza.

"Nina hakika," Salum alisema akiutazama mkanda huo ambao sasa ulilala mezani, mbele yao, kwa jicho lililoonyesha kutoridhika na jinsi Joram alivyouweka bila uangalifu wowote. Lakini badala ya kusema haya alimwambia Joram kwa sauti ndogo, "Nina hakika mkanda huo ni chanzo cha kifo cha yule bwana ambaye hakuwa na hatia. Naamini umefika katika mikono ya uhakika. Sasa naomba ruhusa kuondoka, nikawaarifu mabosi wangu."

"Usiondoke," Joram alimzuia. "Lazima uelewe kuwa sasa hivi maisha yako, yako hatarini mara mbili zaidi ya ilivyokuwa kabla ya kifo cha Boblo. Yeyote aliyemwua atakapofahamu kuwa ameua mtu mwingine badala yako, ataitafuta roho yako kwa bei yoyote." Alipoona Salum kamwelewa aliongeza, "Masuala ya kuiarifu polisi niachie mimi. Wewe kwa sasa tulia hapa, hadi tutakopahakikisha usalama wako."

Baada ya maelezo hayo, Joram alimwamba Nuru amtafute Inspekta Kombora kwenye simu. "Ni polisi pekee ambaye anaweza kuelewa lugha hii. Wengine hatua yao ya kwanza itakuwa kukuweka ndani kabla ya kuanza uchunguzi, jambo ambalo linaweza kusababisha madhara zaidi badala ya kuyaepusha."

Kombora alipopatikana, Joram alizungumza naye kwa ufupi, akiepuka kulitaja jina la Salum na kuongea uongo mwingi ambao ulimshangaza Salum. "Nadhani unanifahamu kuliko watu wengine Inspekta. Ninachokuomba ni kuuondoa mwili huo, kwa siri, na ikibidi kusema ukweli, sema aliyefariki kwa ugonjwa wa moyo ni afisa mmoja wa jeshi... Ndiyo afande... Najua sina haki ya kukufundisha kusema uongo... lakini... Sikia Inspekta... Kwa jinsi mambo haya yalivyo... ndiyo... ndiyo... Nitakuja mara moja..."

Joram alitua simu akitabasamu. "Kama polisi wote wangekuwa kama Kombora..." alisema akitabasamu. Kisha alibadili kauli na kusema, "Sasa tunaweza kuangalia kilichomo ndani ya mkanda huo."

Haikuwa picha ya kutazama hadharani. Joram aliujutia uamuzi wake wa kuitazama mbele ya Nuru na mgeni wao huyo mara tu picha ilipojitokeza kwenye kioo bila utangulizi wowote wa hadhari.

Haikuhitaji utaalamu wowote kuutazama mkanda huo. Alichofanya ilikuwa kuutia ndani ya kamera yake ndogo ya video aina ya Sony na kisha kuchomeka waya kwenye runinga yake aina ya *Panasonic* iliyokuwa ukutani, mara tu baada ya kuwasha picha ya binadamu wawili, wakiwa chumbani ilijitokeza.

Msichana ambaye, pamoja na nuru hafifu iliyotumiwa kwenye picha hiyo, alionekana mzuri tosha; alikuwa akihangaika kuyavua mavazi yake. Alipobakia kama alivyozaliwa alijitazama kidogo, kana kwamba anataka kuhakikisha kuwa uzuri wake ungalipo. Kisha alitembea kwa madaha kumwendea mwanaume aliyekuwa ameketi kitandani. Alimbusu. Baadaye alianza kumvua nguo, moja baada ya nyingine. Mwanaume huyo naye alipobaki kama alivyozaliwa, msichana huyo aliinama na kumbusu miguuni. Kisha alianza kunyonya vidole vyake vya mguu, kimoja baada ya kingine, akionyesha hodari sana katika kuutumia ulimi na mikono yake. Mwanaume alionekana akitapatapa kwa maumivu ya faraja hadi alipoanguka chali juu ya kitanda hicho. Msichana hakumhurumia, aliendelea kupanda taratibu, vidole vyake vikimchezea mwanaume huyu hapa na pale, kwa namna hii na ile. Tahamaki mwanaume huyo aliangua kilio. "Lilian unaniua... Lilian... nimekoma, Lily... " na maneno mengine ambayo hayakudakwa vizuri na kaseti hiyo. Ndiyo kwanza Lilian aliongeza ufundi na madaha.

Alifanya mengi ya kila aina hadi ilipofikia hatua ambayo Joram alishindwa kustahimili, akaizima runinga na kuangua kicheko. "Tungestahili kulipa kiingilio, kwa mkanda mkali kama huu, sio kuutazama bure," alitania akimtazama Salum na Nuru kwa zamu.

Nuru pia alikuwa akitabasamu lakini Salum alikuwa taabani. Jasho jembamba lilikuwa likimtoka, huko akiwa hana uwezo wa kumtazama Joram wala Nuru usoni.

"Samahani kwa kuwaleteeni mkanda wa kishenzi kama huo. Sikutegemea... " alisema baadaye.

"Samahani ya nini?" Joram alimuuliza kwa mshangao. "Umefanya jambo la maana sana kuuleta. Tayari mtu mmoja amekufa. Wewe mwenyewe maisha yako yamo hatarini. Hadi sasa tunaamini kuwa kisa cha yote haya ni mkanda huu. Kwa vyovyote upelelezi wetu lazima uanzie hapa, kwenye mkanda huu." Alisita na baadaye kuuliza, "Bila shaka msichana huyu ndiye Lilian, ambaye alikuja na King jana?"

"Naam."

"Na mwanaume huyu ndiye King mwenyewe?"

"Ndiye."

"Ambaye umesema ni majuzi tu alifunga ndoa na mwanamke mwingine?"

"Naam."

Joram alianza kuhisi utata katika suala hilo. Awali alihisi kuwa mkanda ungekuwa na siri fulani, kubwa, ya kitaifa au kimataifa, ambayo inaweza kufanya mtu au kikundi cha watu waamue kuua. Lakini, badala yake ni picha za mapenzi tu, ambazo kwa jinsi alivyoziona mwanaume alikuwa hana taarifa ya kamera hiyo ilhali mwanamke alikuwa nayo. Kitendo chake kilikuwa na dalili ya kuifanya kamera ipate picha nzuri zaidi.

Sura ya awali iliyojitokeza kwa Joram kutokana na kitendo cha Lilian kumkabidhi Salum mkanda huo, na maelezo aliyoyatoa, 'Kama tutaelewana na King...' ni wivu. Kuwa baada ya kuona King amemwacha na kuamua kuoa mtu mwingine, Lilian aliamua kumtishia kwa mkanda huo, na labda alipize kisasi kwa kuutoa hadharani.

Hata hivyo, kwa hali kama hiyo, Joram alitarajia kuwa kama kuna kifo marehemu wa kwanza angekuwa Lilian badala ya mtu mwingine. Na angekufa kwa mkono au amri ya King. Lakini kwa kumwalika Lilian katika hoteli ambayo walifahamika sana, na kutoifanya ziara yao kuwa siri, Joram aliamini wazo la kuua halikuwemo kabisa katika fikra za King.

'Pengine lilimjia baada ya kutoelewana,' Joram aliwaza ghafla, kwa mara ya kwanza akianza kutilia mashaka usalama wa Lilian.

"Unafahamu anakoishi?"

"Nani?"

"Lilian."

"Sifahamu," Salum alijibu.

"Na umesema King alikuwa na wasiwasi sana ulipomuulizia Lilian? Sio? Alisema kuwa unapiga kwa niaba ya polisi? Unadhani kwa nini alisema maneno hayo?" Joram aliongeza.

"Mie pia nilishangaa," lilikuwa jibu pekee la Afande Salum.

"Tutahitaji kuwaona Lilian na King," Joram alisema akimtazama Nuru. "Lilian kwanza, King baadaye," alisema. "Kumpata King haitakuwa taabu. Tunalo faili lake hapa kwenye kaseti ile ya 'watu wa kufahamu' itafute tafadhali."

Faili hilo Joram alilikusanya wakati alipoanza uchunguzi wa watu mbalimbali waliokuwa wakijitokeza au kutajwa kama wanaostahili kuwa wagombea urais wa Tanzania. Kabla ya hapo alimfahamu King kijuujuu, kama mmoja wa vijana wanaotajwa kuwa 'wamefaidi matunda ya uhuru.' Minong'ono mingi juu ya utajiri wake mkubwa ilimfikia. Lakini baada ya uchunguzi wake, kwa kushirikiana na rafiki zake wa nje, alipata siri halisi ya utajiri wake na kubaini kuwa si sahihi kusema kuwa 'alifaidi' matunda ya uhuru kwani alichofanya ni 'kuchota' na kuficha kwenye akaunti zake ambazo Joram alikuwa na namba zake.

"Lilian tutampata kwa taabu kidogo. Lakini kwa jinsi alivyo mzuri, akiwa bibi wa bwana mashuhuri kama King, haitatuchukua muda kujua anakoishi." Alisita na kumgeukia Salum. "Sasa Afande, ni wakati wa kujadili usalama wako kwa kina."

Walishauri kutafuta mahala ambapo Salum angejificha kwa muda hadi utata utakapoondoka kwa kufahamika nani anaitafuta roho yake na kwa nini. Lakini Salum alikataa katakata pendekezo hilo kwa kuwakumbusha mara kadhaa kuwa yeye ni askari. "Nimepigana kutoka Kyaka hadi Gulu alikozaliwa Amin, nimepambana na vifaru vya Mreno Msumbiji, vipi nimwogope mtu mwoga anayeua kwa kuvizia?" alisisitiza.

"Hatumfahamu adui yetu, hatufahamu anatokea upande gani na ana silaha gani. Hakuna vita kama hivyo Afande Salum," Joram alijitahidi kumshawishi. Haikusaidia. Hata walipojaribu kumpa silaha, bastola ndogo ya kisasa, *chicom 1911 AI*, ambayo imetokana na ile ya zamani *colt 45*, Afande Salum alikataa kwa maelezo kuwa ingemletea matatizo jeshini ambako ilikuwa lazima atoe taarifa rasmi.

Joram na Nuru walitazamana katika hali ya kukata tamaa.

Sura ya Saba

●C·◦·●C

INSPEKTA Kombora ni mwingine kati ya watu waliokuwa wakiusubiri Uchaguzi Mkuu kwa shauku kubwa. Kama watu wengine wanaoipenda nchi yao, Kombora alikuwa na hamu ya kuiona nchi ikiingia katika awamu mpya, chini ya mfumo wa vyama vingi, kwa amani na utulivu. Akiwa mtu mwenye dhamana kubwa ya usalama wa nchi, akiwa anafahamu fika kuwa siku zote Tanzania ilikuwa mfano wa kuigwa na nchi zote za Kiafrika kwa suala la amani; Kombora alijua kuwa kipindi hicho kilikuwa mtihani mkubwa kwake na taifa zima.

Nje ya haya, Kombora alikuwa na sababu binafsi ya kuusubiri uchaguzi mkuu kwa hamu. Alikuwa amelitumikia taifa kwa muda mrefu. Umri sasa ulikuwa ukimsuta. Miezi sita iliyopita alitakiwa awe ameiacha ofisi hiyo na kustaafu. Hata hivyo, Rais alimwambia aendelee kuishikilia hadi baada ya sokomoko la uchaguzi. Ikiwa uchaguzi ungeharibika au kuahirishwa, tarehe yake ya kupumzika pia ingeahirishwa, jambo ambalo lingemfanya aondoke akiwa mzee zaidi.

Dhamira yake ilikuwa kuondoka kazini akiwa na nguvu zaidi, kwani, kama watumishi wengine wote wa serikali ya Tanzania, ambao wameitumikia nchi kwa uadilifu; Kombora hakuwa na chochote cha kumwezesha kuishi angalau maisha ya kawaida kwa siku zake zilizobaki. Nyumba ilikuwa imemshinda kumaliza, shamba lilimshinda kutunza, akiba yake ya benki baada ya kujinyima sana haikuzidi shilingi milioni tatu na kiinua mgongo chake kisingefikia milioni tatu nyingine. Hivyo, alihitaji nguvu zake ili atakapopata uhuru wake aanze upya kupigania mkono kwenda kinywani.

Kombora alikuwa na uhakika kuwa kuna mahala palipokosewa katika taratibu za serikali kuwalea watumishi wake wanapochoka, wakulima kwa wafanyakazi. Aliamini kuwa si haki mtu aliyeitumikia miaka thelathini au arobaini ya uhai wake awe ombaomba miaka kumi au ishirini ya uhai wake uliobakia. Kwa kujikumbusha mara kwa mara kuwa kazi yake ilikuwa kulinda sheria na wala si kutunga sheria, Kombora alijitahidi kuuondoa akilini mwake mjadala huo. Hata hivyo, kila uchaguzi ulivyozidi kukaribia ndivyo mawazo hayo yalivyomjia akilini mara nyingi zaidi.

Simu ya Joram Kiango iliyomwarifu juu ya kifo kilichotokea *Ndege Beach* na kumtaka aifanye habari hiyo kuwa siri ilimpata akiliwaza suala hilo hilo. Alishukuru kuwa ilimsaidia kuyafukuza mawazo hayo lakini pia alihisi kuwa ingekuwa mwanzo wa mikasa ya kusumbua kichwa. Joram hakuwahi kumpigia simu ya mwaliko wa chai. Kila simu yake ilihusiana na maafa.

Akiwa mtu pekee anayemfahamu vilivyo Joram Kiango na ambaye anauthamini mchango wake madhubuti katika sekta ya usalama wa taifa, Kombora hakuiona sababu ya kumsumbua kwa maswali kama ilivyo tabia ya polisi. Badala yake aliwachukua wasaidizi wake wawili hadi hoteli hiyo ya kitalii, ambako waliomba funguo za bandia na kutomruhusu mtu yeyote, zaidi ya meneja wa hoteli kuingia nao ndani.

Marehemu alikuwa kama alivyoachwa na Afande Salum, sakafuni chali; matundu ya risasi kifuani. Kwa mtazamo wa haraka Kombora alijua kuwa silaha iliyofanya kazi hiyo ilikuwa bastola *38 StN Special* kutokana na ukubwa wa tundu la risasi. Aidha, aliamini kuwa ilitumiwa na kiwambo cha kupoteza sauti kwa jinsi ambavyo hakuna mtu aliyeonyesha kuelewa chochote kilichotokea.

Kombora alimkumbusha meneja wa hoteli hiyo kuifanya habari hiyo siri. Kisha alimtaka kumuunganisha na mkuu wa kikosi kwenye simu. Akiwa tayari amewasiliana na Afande Salum mkuu huyo wa kikosi, alimwelewa Kombora haraka kuliko alivyotegemea. Kazi iliyobaki ilikuwa kuwaarifu polisi waje wachukue 'mzigo' wao.

Haikuchukua muda mrefu kwa Joram kufahamu alikokuwa akiishi Lilian. Simu ya pili tu, kwa mmoja wa vijana wale anaowaita 'watoto wa mjini', ilimwezesha kufahamu kuwa msichana huyo alikuwa akiishi Shariff Shamba – Ilala, katika nyumba aliyopangishiwa na King, nyumba ambayo aliishi yeye na mtumishi wake wa kike.

Akiwa na mashaka ya kuitokeza sura yake wakati huo katika suala hilo, Joram alimtumia kijana wake huyo kwenda kwa Lilian, akiwa amempa maswali ya kuuliza. Dakika tano tu baadaye, Joram, ambaye alibaki katika baa ya jirani, alimwona kijana huyo akirudi, sura yake ikiashiria kumaliza kazi aliyotumwa.

"Vipi"

"Amesafiri."

"Nani ... Lilian?" Joram aliuliza kwa mshangao.

"Lini?"

"Leo?"

"Amekwenda wapi?"

"Nje ya nchi. Nadhani London au Paris." Kijana huyo alipoona mshangao haujauacha uso wa Joram aliongeza, "Yuko shoga yake aliyejiita Shani, ambaye anaishi nyumba ya pili amenieleza kuwa Lilian ameondoka ghafla leo na bwana wake huyo. Amesema pia kuwa ni kawaida yao mara kwa mara kusafiri ghafla kwa wiki, hata miezi."

Haikumwingia Joram akilini. 'Safari ya ghafla! Na mwanaume ambaye jana tu walikuwa na ugomvi naye! Pengine ndiyo njia yao ya kuombana radhi?' alijiuliza. Alipokumbuka juu ya maiti ya mtu aliyeuawa kwa ajili ya mtu fulani baina ya wapenzi hao, jibu lililomjia lilikuwa moja tu; 'haiwezekani.'

"Unadhani huyo Shani alikuwa na hakika na maelezo yake?" alimuuliza.

"Bila shaka."

"Waliongea naye kabla hajaondoka?"

"Hapana. Lilian alimtuma mtu, tarishi kutoka kwenye ofisi ya bwana wake, ambaye alileta barua yenye maelezo hayo pamoja na kuchukua pasipoti na vifaa vingine vya Lilian. Mwenyewe alikuwa akisubiri uwanjani."

Joram alihisi amepata jibu.

"Umenisaidia sana rafiki yangu," alisema akimpa 'kitu kidogo' ndani ya bahasha. Nikikuhitaji nitakupigia tena simu.

Muda mfupi baadaye, Joram Kiango alikuwa kwenye simu. Safari hii ikielekea ofisini kwa King. Kwa kutumia jina la bandia na sauti ya kuazima aliulizia uwezekano wa kuonana na King.

"Amesafiri," alijibiwa na mmoja wa wasaidizi wake.

"Wapi".

"*Abroad*," alijibiwa.

"Nchi gani?"

"Hana kawaida ya kutuambia amekwenda nchi gani. Na, kwa kawaida, haendi nchi moja. Anaweza kuanzia Uingereza, kupitia Ufaransa na kuishia Hong Kong." Sekretari wake alisema akionekana mwenye hamu kubwa ya maongezi.

"Ametumia shirika lipi la ndege?"

"Sikumbuki. Mara nyingi hufanya mwenyewe mipango yake ya usafiri…" msichana huyo alisita kama aliyekumbuka jambo. Alipozungumza tena sauti yake ilikuwa ya kikazi zaidi, "Kwani wewe ni nani? Mbona unauliza maswali mengi hivyo? Joram alipochelewa kujibu msichana huyo aliongeza, "La msingi ni kuwa amesafiri," alimaliza na kukata simu.

Mara tu simu ilipokatika. Joram alianza tena kuzungusha namba nyingine. Ilipokelewa nyumbani kwa King. Mwanamke aliyekuwa upande wa pili alijitambulisha kama mkewe King.

"Nani mwenzangu?" yule mwanamke aliuliza swali ambalo Joram alilikwepa na badala yake kuomba kuzungumza na King.

"Amesafiri… Nani mwenzangu?" mama alisisitiza.

Joram alikwepa tena swali hilo. Badala yake alijifanya kuipokea taarifa hiyo ya safari kwa masikitiko makubwa.

"Tunafanya naye biashara," aliendelea. "Na leo tulikuwa na ahadi ya kukutana kwa ajili ya suala muhimu sana. Nimepiga simu ofisini kwake ambako pia wameniambia kuwa amesafiri. Mbona safari yake imekuwa ya ghafla hivyo? "Joram alimsikia mwanamke huyo akishusha pumzi kwa namna ambayo masikioni mwa Joram Kiango ilikuwa wazi, pumzi ya mwanamke aliyejeruhiwa kimapenzi, aliyeolewa juzi na leo hii, hata kabla ya mipango ya *honeymoon* kufanyika, ametelekezwa kwa muda usiojulikana. Alipozungumza, ingawa sauti yake haikufanikiwa sana kuficha maumivu haya, maneno yake yalikuwa ya mwanamke aliyepevuka, ambaye hakuwa tayari kufichua kero zake za ndani kwa mtu yeyote. "Mume wangu ni mtu mwenye shughuli nyingi sana. Vilevile ni mtu wa miadi. Bila shaka jambo lililomfanya aondoke bila kuikumbuka ahadi yenu ni kubwa au la dharura. Kwa nini usiniachie jina lako ili atakapopiga simu, kesho au keshokutwa nimkumbushe?"

Ikamlazimu Joram kutaja moja ya majina yake ya bandia.

"Atarudi lini?" aliuliza baadaye.

"Hivi karibuni."

"Amekwenda na ndege gani?"

"Sikukumbuka kumwuliza bwana, Mirajo."

"Mrajo," Joram akamsahihisha.

"Ndiyo ... Mrajo."

Alipoikata, Joram alimpigia Nuru aliyekuwa amebakia ofisini na kumwambia, "Sikiliza, mpenzi. Huenda nikachelewa kidogo kufika hapo. Tafadhali, tazama kwenye ratiba uone leo kuna ndege zipi zinazoondoka Dar es Salaam *Airport* kwenda nje ya nchi.

Tazama kama kuna yoyote yenye majina ya King na Lilian. Angalia imeondoka au inaondoka saa ngapi na wamepanga kushukia wapi. Nitakupigia baadaye."

Ilikuwa kazi ngumu. Ikiwa saa kumi na nusu za jioni, ndege nyingi zenye safari siku hiyo zilikuwa katika pilikapilika za kukamilisha taratibu za woteja wao. Kwa kuitumia sauti yake tamu na uzoefu, kufikia saa kumi na mbili jioni alikuwa amepata taarifa za kila ndege iliyokuwa na safari siku hiyo; *Alliance, British Airways, Aerofrot, Kenya Airways, KLM* na *Air Tanzania*. Mbili zilikuwa zitue Amsterdam kupitia Entebe, moja ilikuwa itue *Kenyatta International Airport*, moja ilikuwa iende moja kwa moja hadi Gatwick na nyingine ilikuwa inakwenda Harare na baadaye Johannesburg.

Nuru alipiga hatua moja zaidi. Aliwasiliana pia na mashirika yote ya ndege za kukodi na kubaini kuwa ni shirika moja tu lililokuwa limekodisha ndege zake siku hiyo, kwenda Zanzibar mara tatu, Kigoma mara mbili, Mwanza na Nairobi mara moja moja.

Kati ya wasafiri wote hao, halikuwemo jina la King wala Lilian, taarifa ambayo ilimfanya Joram Kiango atabasamu huku akiwa amemkazia Nuru macho kama anayemsuta kwa kosa fulani ambalo yeye mwenyewe hakulifahamu. Kwa sauti ndogo alisema, "Mambo yanaanza kutoa picha ya kusisimua kidogo. Tafadhali waombe wote uliowasiliana nao watupe nakala ya majina ya wasafiri wao. Kama kweli King na Lilian hawamo basi wako chini ya Bahari ya Hindi wakiliwa na papa."

Wakati Joram Kiango akihangaika, Kombora na wazito wengine wanne walikuwa wamejifungia katika ofisi yake wakiumiza vichwa vyao kwa maswali. Alikuwepo Mkuu wa Jeshi la Polisi, Mkuu wa Jeshi la Kujenga Taifa, Mkuu wa Kikosi cha Usalama wa Taifa na Mkuu wa Majeshi ya Ulinzi. Mkutano huu wa ghafla uliitishwa kwa maombi rasmi ya Kombora kufuatia kifo kilichotokea katika hoteli ya *Ndege Beach* na mazingira ya kifo hicho.

"Inawezekana kuwa nimewaitia hapa jambo dogo sana, la kifo cha mtu mmoja tu, wa kawaida. Lakini, kama tulivyoafikiana katika kikao chetu kilichopita, kutokana na wakati nyeti tulionao, nadhani kifo hicho sio cha kupuuza, hasa baada ya kuona kuwa kimemvutia Joram Kiango, ambaye wote mnajua harakati zake," Kombora alimalizia maelezo yake.

"Achana na Joram Kiango," Mkuu wa Polisi alidakia.

"Sote tunajua kuwa yeye ni kijana mtundu tu, ambaye hupenda kuingilia mambo ya polisi na kujitia katika hatari. Ndiyo, mara mbili tatu amefanikiwa kubaini na kutatua mikasa mizito, kwa njia zake za mchezo mchezo. Lakini tukiendelea kumtilia maanani iko siku tutajikuta tukijutia kuzaliwa."

Kombora, ambaye alimjua vilivyo Joram, alijikuta akimtetea, "Tutafanya dhambi kubwa kumpuuza Joram... "

"Kwani Joram anakuja vipi katika hili?" Mkuu wa Usalama wa Taifa aliuliza.

"Ninachotilia maanani hapa ni ombi lake kwangu la kuifanya habari hii siri hadi atakapokuwa na la kutueleza. Mimi pia nisingependa ianze kutembezwa katika mafaili ya askari wa kawaida kabla hatujajua kisa cha mauaji haya. Tusisahau kuwa aliyekufa siye aliyekusudiwa. Hivyo, tunalo jukumu la kulinda maisha ya kijana wetu Salum pamoja na kupata kiini cha mauaji yenyewe," Kombora alisema.

"*Point of order!*" Mkuu wa Majeshi ya Ulinzi alifoka. "Tusiende nje ya dhamira yetu. Nilivyomwelewa Bwana Kombora ni kuwa anadhani tumpe Joram muda aendelee na uchunguzi wa mkasa huu. Na mkuu wa polisi unaona haifai, bali polisi wachukue jukumu la kufanya upelelezi wao, kama kawaida. Siyo?"

"Umenielewa vizuri," Mkuu wa Polisi alidakia.

"Salum, ambaye maisha yake yako hatarini ni kijana wetu. Na ni yeye ambaye aliachiwa mkanda ambao hadi sasa tunadhani Ndiyo kisa cha mauaji haya. Ni kazi ndogo sana. Ufafanuzi wa kina kutoka kwa Salum, maswali mawili matatu kwa Lilian, vitisho kidogo kwa King vitatuwezesha kuwapata wauaji na chanzo cha mauaji yenyewe."

"Lakini tumeambiwa kuwa ni mkanda wa mapenzi tu," mmoja wao alisema.

"Tumeambiwa, hatujauona. Tukiutazama kwa macho ya kitaalamu zaidi ndipo tutajua kama ni mauaji ya mapenzi tu, au kuna kitu zaidi," lilikuwa jibu la Mkuu wa Polisi.

Muda mfupi baadaye Kombora alijikuta peke yake. Uamuzi uliopitishwa kwa kura nne kwa moja ni polisi kufanya kazi yao, wakishindwa waukabidhi Usalama wa Taifa.

***

Afande Salum alihifadhiwa katika kimojawapo cha vyumba maalumu, Makao Makuu ya Jeshi la Kujenga Taifa, Upanga. Kilikuwa chumba kidogo, chenye kitanda kimoja, viti viwili na kijimeza. Tangu alipofika na kutoa taarifa kwa wakuu wake aliamriwa kutoondoka katika eneo hilo. Na baada ya muda alielekezwa katika kijichumba hicho ambamo alifungiwa na askari wawili kuwekwa mlangoni.

"Ni kwa usalama wako", mmoja wa askari wale alimwambia, alipousoma mshangao katika macho ya Salum.

Awali Salum alielewa hivyo, ingawa hakuona umuhimu wake. Hata hivyo, baada ya kuona saa zinapita na hatimaye usiku kuingia, bila kuruhusiwa kuondoka wala maelezo yoyote; alianza kuushuku uamuzi huo. 'Inawezekana niko chini ya Ulinzi?" alijiuliza. Inawezekana mimi ni mtuhumiwa wa kwanza kwa kifo kile? Maswali ambayo kwa kutokuwa na majibu yalimfanya aanze kupondwa na hasira. "Pengine ningemsikiliza Joram Kiango", aliwaza. "Pengine nisingetokeza mbele yao kabla ya kupata ufumbuzi".

Ufumbuzi... ni suala jingine lililoisumbua akili yake.

Mtu ameuawa katika ofisi yake... Kuna hisia kuwa ni yeye aliyekusudiwa kufa... Kisa mkanda wa video wenye picha za mapenzi baina ya watu wawili anaowajua sana... watu ambao anaamini hawawezi kuua kwa ajili ya mkanda... Suala zima aLiliana halina kichwa wala miguu. Hiyo ni sababu nyingine iliyofanya ajilaumu kwa kutoafikiana na Joram, ambaye aliamini ana uwezo wa kubaini kiini cha mkasa huo mzima badala ya polisi ambao hukimbilia kutafuta muuaji tu.

Usiku Salum aliletewa chakula ambacho alishindwa kula. Badala yake aliomba soda ambayo aliinywa taratibu wakati akitafuta usingizi ambao haukupatikana.

***

Kulipokucha, asubuhi ya saa moja kasorobo, Salum aligongewa na mmoja wa walinzi wake ambaye alimwarifu kuwa kulikuwa na afisa mmoja wa polisi ambaye alihitaji kumwona. Alikuwa mtu wa makamo, mwenye nyota tatu mabegani, katika sare safi ya maofisa. Kofia ilifunika nusu ya uso wake na miwani myeusi ilimfanya afanane zaidi na uofisa wake.

"Pole sana, Afande," afisa huyo alisema baada ya salamu za kawaida. "Najua usumbufu mkubwa uliokupata. Nia yetu ni kulimaliza hili mara moja. Unaweza kunisimulia tena mwanzo hadi mwisho wa mkasa huu, tafadhali?" aliongeza akiketi kwenye kochi lililomwelekea Salum ambaye alikaa juu ya kitanda.

Sura yake ilikuwa ngeni kwa Salum, lakini sauti... Alihisi kama alipata kuisikia mahala. 'Wapi vile?' alijiuliza akijitayarisha kuanza tena maelezo ambayo tayari yalimkinaisha kwa kuyarudiarudia.

"Sioni kama kuna chochote cha kusimulia ..." alianza kwa kusita alipoona mtu huyo akifanya kama kuinuka na kuutia mkono wake katika mfuko wa gwanda lake.

"Endelea..." alimwambia. "Natafuta kalamu yangu ili ninukuu baadhi ya maongezi yetu."

Salum hakuwa ameshuku chochote, wakati ofisa huyo alipoitoa na kuizungusha mara mkono huu, mara ule huku akijitia kumsikiliza kwa makini. Baadaye alihisi kitu chenye ncha kali kikimemchoma ghafla kifuani. Kilifuatwa na maumivu makali na kumfanya ajikute akilegea na kuishiwa nguvu. Hata alipojaribu kupiga kelele, sauti haikutoka.

Mgeni wake alimtazama kwa nusu dakika. Aliporidhika na kazi yake aliirejesha kalamu yake mfukoni na kutoka taratibu huku akiufunga mlango nyuma yake.

Dakika kumi baadaye, walinzi wake walipomletea kifungua kinywa walipigwa na mshangao kumkuta mtu waliyekuwa wakimlinda akiwa amelala kifudifudi, juu ya sakafu, huku pua na kinywa chake kikivuja damu nzito.

Daktari wa Jeshi, aliyefika dakika tano baadaye alichoweza kufanya ilikuwa kutangaza rasmi kuwa Afande Salum alikuwa marehemu.

Sura ya Nane

PAMOJA na ukweli kuwa Inspekta Kombora na wakubwa wenzake waliamua kuifanya siri sana taarifa ya kifo cha Afande Salum, bado ilimfikia Joram. Mmoja wa 'marafiki' zake, aliye karibu na mmoja wa wakubwa hao alipata fununu ya kifo hicho na kumdokezea Joram. Hata hivyo, alimsihi aifanye siri kubwa kwani, kwa mujibu wa maelezo yake, wakubwa hao walichanganyikiwa sana kwa hasira na fedheha ya kitendo hicho kufanyika ndani ya himaya yao.

Kifo hicho kilimchanganya Joram vilevile. Kilimfanya aanze kuhisi uzito wa kazi aliyokuwa amejituma kuifanya. Aidha, kilidhihirisha kuwa yeyote aliyekuwa kiini cha vitendo hivyo, hakuwa mtu wa mzaha bali mtu hatari, aliyejizatiti na kuifahamu vilivyo kazi yake. Si rahisi kwa mtu wa kawaida, kuingia katika kambi ya jeshi, na kumuua mwanajeshi, anayelindwa na wanajeshi, kwa mbinu ya kijasusi kama ile.

Maelezo mafupi aliyoyapata yalionyesha kuwa marehemu aliuawa kwa sumu kali ya acid ambayo ilipenya mwilini mwake kutokana na ncha kali na nyembamba ambayo, bila shaka, ilimwingia marehemu bila ya yeye kuwa na habari. Uchunguzi huo, uliofanywa na daktari aliyeaminika duniani katika masuala ya kutafiti sababu za vifo, Bwana Shabo, ulimfanya Joram; baada ya kupata maelezo juu ya mtu huyo aliyejifanya afisa wa polisi; aitambue silaha iliyotumiwa. Isingekuwa zaidi ya *En-pen*, silaha ndogo aina ya kalamu, ambayo ilitumiwa sana na majasusi wa KGB wakati wa 'Vita' 'Vikuu', vya 'Pili' na hata katika kipindi cha vita baridi. Kutumiwa wakati huo kulidhihirisha jinsi ambavyo mwuaji, au wauaji hao walivyokuwa wataalamu waliobobea katika kambi ya ujasusi.

Jambo jingine lililomfanya Joram aanze kumhusudu yeyote aliyehusika na mambo haya ni jinsi alivyokuwa hodari wa kufunika nyoyo zake. Pilikapilika zake zote, hadi sasa, zilionyesha kuishia ukingoni. Uchambuzi mgumu alioufanya katika majina ya wasafiri wa ndege za kawaida hayakumpa hata jina moja lililostahili kutiliwa mashaka. Wengi walikuwa wasafiri wa kawaida wenye familia zao. Wengi walifanya taratibu zote za usafiri kwa njia za kawaida, wengi wakiwa watu wanaofahamika, ambao simu moja tu makazini au majumbani kwao ilimtoa wasiwasi.

Ni katika ndege za kukodi ambako alipata baadhi ya majina yaliyomtia wasiwasi. Mtu mmoja alijiita Alfu Lela Ulela akiwa ameandamana na mwenziwe aliyetajwa kwa jina moja tu la Quinn. Ndege waliyoikodi ilielekea Harare. Joram alihisi kuwa majina yao ni ya bandia. Kwa ujumla, alihisi kuwa yanaweza kuwa kivuli cha King na Lilian. Hata hivyo, uchunguzi uliofuata, kwa kuchukua namba za hati zao za usafiri na kuzikagua, uhamiaji ulionyesha kuwa ni watu wengine kabisa, mwanaume akiwa mtu wa pili kwa ukubwa katika wizara fulani nyeti na mwanamke akiwa mke wa mwalimu mmoja wa chuo cha masuala ya fedha (IFM) jijini Dar es Salaam. Uchunguzi zaidi ulionyesha kuwa watu hao walikuwa wapenzi wa siri kwa muda mrefu, wenye tabia ya kusafiri kwa siri mara kwa mara.

Abiria mwingine ambaye alimfanya Joram aamue kumchunguza aliitwa Ryaman Kelvin. Hati yake ya usafiri haikuwa na kasoro. Kilichomvutia Joram ni jinsi abiria huyo alivyokuwa na papara. Kwa mujibu wa maelezo ya afisa wa kampuni hiyo, alitokea ghafla na kuomba ofisi hiyo ihakikishe anafika Paris siku hiyo hiyo. Alitoa Dola za Marekani 30,000 na kuahidi kuongeza fedha nyingine iwapo zisingetosha. Kampuni yao ikiwa haina safari za nje ya Bara la Afrika, waliwasiliana na kampuni nyingine jijini Lagos, ambayo ilimfikisha bila wasiwasi wowote.

Utafiti wa Joram kuhusu abiria huyo ulimfanya abaini kuwa alikuwa mfanyabiashara mashuhuri wa mahoteli ya kitalii, ambaye alikuja nchini kwa lengo la kujenga hoteli yake ya 215 ya nyota tatu katika kimojawapo cha visiwa jirani na bandari ya Dar es Salaam. Ilifahamika kuwa uharaka wa safari yake ulitokana na haja yake ya kuonana na Waziri wa Fedha wa Tanzania, Kanali Jakaya Kikwete, ambaye alikuwa akihudhuria kikao cha matajiri kijulikanacho kama *Paris Club* jijini Paris.

Abiria wa mwisho ambaye Joram aliamua kumchunguza, alitajwa kama Christopher Marlone. Huyu alitekeleza taratibu zote za usafiri, ikiwa ni pamoja na kuorodhesha jina la abiria mwenzake, Saddam Soud, ambaye Joram hakuiona haja ya kumtafiti. Safari yao ilikuwa fupi, ikionyesha kuwa wangeishia Nairobi.

Kilichomvutia Joram katika abiria huyo ni jina lake. Joram alihisi kuwa alipata kukutana na mtu mwenye jina hilo au kulisikia mahala. Wapi, ndilo lililokuwa tatizo. Ni katika kujaribu kupata jibu la swali hilo ambapo aliamua kuendelea na uchunguzi dhidi yake ingawa hakuwa na moyo. Jitihada zake Dar es Salaam hazikuwa na matunda. Si rafiki zake wa Idara ya Uhamiaji wala Uwanja wa Ndege ambao walikuwa na maelezo yoyote juu ya Marlone zaidi ya 'subiri' na 'tunaendelea kuchunguza'. Nairobi vilevile alitakiwa kusubiri alipoomba msaada wa kumtafuta mjini hapo, au kujua kama aliendelea na safari.

Ni katika kusubiri huko alipoletewa taarifa ya kifo cha Salum, kifo ambacho kilimsikitisha na kumfanya ajikute akijenga chuki na kisasi dhidi ya yeyote aliyekuwa mhusika katika vitendo hivyo.

"Ni wazi kabisa kuwa safari hii hatushughuliki na kichaa wa kawaida," ni kauli pekee ambayo ilimtoka Joram mara alipopokea taarifa ya kifo hicho.

Nuru, akiwa mtu anayemfahamu fika Joram, katika macho yake aliona dalili za mfadhaiko wa hali ya juu kutokana na kifo au mkasa huo; jambo ambalo si la kawaida kwake. Alitamani kumshauri waachane na suala hilo, lakini hakuthubutu kwa kujua kuwa hasira zote za Joram zingeishia kwake. Hivyo, badala yake, kwa sauti ndogo alimuuliza, "Tufanye nini?"

"Tuna haja ya kuongeza jitihada," lilikuwa jibu la Joram. "Inaonekana kuwa kuna hatari kubwa inayonyemelea. Ilikuwa kama bahati kwa Salum kuja hapa na kutuarifu, saa chache kabla ya kifo chake." Alisita kidogo na alipozungumza tena sauti yake ilikuwa kama mnong'ono, "Nadhani mpenzi, suala hili kwa mara nyingine liko mikononi mwetu. Mimi na wewe. Na ni lazima tulipokee."

Yalikuwa maneno ya kijasiri, lakini hayakumsaidia kwani muda mfupi baadaye faksi yake ilipata uhai na kumpa majibu aliyokuwa akiyasubiri kutoka Nairobi juu ya msafiri aliyeitwa Christopher Marlone ambaye alikwenda huko kwa ndege ya kukodi, akiwa ameandamana na abiria mwenzake aliyeorodheshwa kwa jina la Saddam Soud. Joram alihitaji kujua hatima ya safari yao nchini Kenya.

Taarifa aliyopewa ilimfanya Nuru aduwae naye Joram akitabasamu kwa mara ya kwanza kwa faraja. Ilieleza kuwa mara baada ya kutua katika Uwanja wa Ndege wa Jomo Kenyatta watu hao wawili hawakuweza kupatikana tena katika mji wa Nairobi. Walifikia hoteli ya Hilton ambako walijiandikisha kwa majina tofauti lakini hawakulala hapo. Uchunguzi uliofuatia katika hoteli mbalimbali haukufanikiwa kuwapata, wala maafisa wa Idara ya Uhamiaji hawakuwa na majina yao, wala yale waliyoyatumia kujiandikisha hotelini miongoni mwa watu walioondoka nchini.

"Nadhani hii inafanya kazi yetu kuwa ngumu zaidi," Nuru alisema lakini Joram alicheka na kusema, "Inafanya kazi yetu kuwa rahisi zaidi. Inaonyesha tayari tuna watu au majina ya watu wa kufuatilia badala ya awali tulipokuwa gizani kabisa. Hakuna sababu ya binadamu kubadili majina mara mbilimbili bila kuwa na kitu cha kuficha."

"Lakini tunatafuta mwanamke na mwanaume, sio wanaume wawili," Nuru alikumbusha.

"Una hakika gani kuwa watu hao sio mwanamke na mwanaume?" Joram alimuuliza. "Kama wanaweza kubadili majina na hati za usafiri watashindwa nini kubadili sura? Mimi na wewe tumefanya haya mara ngapi, mpenzi?"

***

Kwa mara nyingine Kombora na wakubwa wenziwe walikutana tena kwa siri. Safari hii kila mmoja alionekana kuchanganyikiwa kiasi cha kushindwa kutazamana usoni kikamilifu. Kifo cha Salum, akiwa katika ngome yao, kilikuwa aibu kubwa kwao, na kiliwatia hofu.

Ni Kombora pekee ambaye alionekana kuwa na 'nguvu' za kuzungumza. "Nadhani sasa kila mmoja ameona uzito wa kazi iliyoko mbele yetu. Kijana wetu na mtu pekee ambaye angeweza kutupa angalau fununu ya kinachoendelea tayari ametutoka kwa njia ya ajabu. Kama mlivyoiona taarifa ya wataalamu wetu, sumu iliyomuua ni ya hali ya juu na haipatikani ovyo. Uwezo wa muuaji huyo kujifanya mmoja wetu, au kumtumia mmoja wa vijana wetu, katika muda mfupi kama ule ni ushahidi mwingine kuwa hatuchezi na mtoto au watoto wadogo. Hivyo, tunahitaji kuviweka vichwa vyetu pamoja.

Walizungumzia hili na lile lakini baada ya muda mrefu walibaini kuwa walikuwa hawaendi mbele wala kurudi nyuma katika maongezi yao kwani walikuwa na maswali mengi ya kujiuliza wakati hawana jibu hata moja. Mtu ameuawa *Ndege Beach* kwa makosa. Mtu aliyekusudiwa, Salum, tayari pia ameuawa. Kuna mashaka kuwa sababu ya mauaji haya ni mkanda wa mapenzi! Waliomo ndani ya mkanda huo wametoweka. Jitihada zote za kuwapata hazijafua dafu. Hakuna kipengele chochote kinachoyaunganisha mauaji haya na sababu za kiuchumi, kisiasa wala kisasi!

"Kwani wewe ulikuwa na maoni gani?" Mkuu wa Polisi, ambaye awali alikuwa mbishi zaidi kwa Kombora alimuuliza kwa sauti ya upole. "Inaelekea mambo haya yanaanza kuelekea kwenye taaluma yenu kuliko masuala ya kawaida kipolisi," aliongeza.

Kombora aliyajua maoni yake; kushirikiana na Joram Kiango. Alikuwa na hisia kuwa Joram alikuwa hatua moja au mbili mbele yao katika suala hili. Hata hivyo, hakuthubutu kutamka neno hilo mbele ya kikao hiki. "Mimi na nyie tuko katika boti moja," alisema badala yake. "Sijajua nianzie wapi, niishie wapi."

"Kama hatuna pa kuanzia, tungoje tutakapopata mwanzo," Mkuu wa Majeshi ya Ulinzi alieleza.

"Hiyo ndiyo hofu yangu," Kombora alimsahihisha.

"Wewe siku zote jeshi la anga liko tayari, askari wa miguu wako makini na makombora yako yameelekezwa mipakani kukabiliana na adui yeyote anayeweza kujitokeza. Mimi pia nahitaji kuwa hivyo. Vifaru na makombora yangu ni kujua kitu gani kinafanyika na nani anakifanya. Kukaa kusubiri bila kujua unachosubiri bila shaka ndicho kitu ambacho adui wetu anakihitaji zaidi. Wajibu wetu ni kuwa tayari..."

Kikao hicho kingeweza kuendelea hadi usiku bila mafanikio. Ilibidi kiahirishwe kwa kuafikiana kuwa suala hilo liendelee kuwa siri sana huku kila idara iliyoaminika ikifanya uchunguzi mkali juu ya mkasa huo. Walipeana siku tatu za kukutana tena na kujadili maendeleo ya kazi yao.

Joram pia alikuwa katika mjadala mkali. Tofauti na akina Kombora, mjadala wake ulikuwa baina yake na nafsi yake mwenyewe. Alikuwa akijaribu kutafakari kuhusu taarifa anazozifahamu juu ya mkasa wa maafa haya na kujikuta kuwa yeye pia alikuwa hajapiga hata hatua moja zaidi katika uchunguzi wake. Kitu pekee ambacho kilimfariji ni kule kubaini kuwa ni kweli kulikuwa na mkasa na ulihitaji upelelezi mkali, wazo ambalo alilipata baada ya jitihada zote za 'marafiki' zake na Nairobi kushindwa kabisa kubaini kilichowatokea Christopher Marlone na mwenzake, Saddam Soud, mara baada ya kutoweka pale katika hoteli ya Hilton. Kuyalaghai macho ya 'mashushushu' wazoefu katika vyombo vyote vya usalama, vya usafiri na vya uhamiaji ni jambo ambalo linahitaji mtu mzoefu aliyejihami vilivyo na mwenye sababu nzuri ya kufanya hivyo.

Ni hilo alilokuwa nalo Joram. Ili kuifanya kazi yake kikamilifu, alihitaji kujua kama mmoja kati ya watu hao ni mwanamke, alihitaji kujua kama mmoja kati yao kweli ni King; alihitaji kujua kama wamejichimbia Nairobi au wameiacha nchi hiyo. Zaidi ya yote Joram alihitaji kujua sababu ya kutoweka kwao na vipi kukimbia kwao huko kulihusiana na kifo cha Afande Salum ambaye aliuawa wakati wao tayari wako nje ya nchi!

Usiku huo Joram alivaa ile suti yake nyeusi ambayo mara nyingi huambatana na tai nyeupe. Kama kijana mwingine yeyote wa ki-Dar es Salaam, mwenye senti za kutumia, aliendesha gari lake taratibu hadi hoteli ya Bilicana ambako alilipa kiingilio na kuingia ndani. Alijiunga na watumiaji wengine kwa kujiagizia toti zake nne za Wiski na soda ya maji na kuanza kunywa taratibu huku akiwatazama vijana waliokuwa wakicheza muziki wa Mike Jackson kutoka kwenye kanda yake ya *History*. Haukupita muda kabla ya msichana mmoja aliyevalia suruali safi ya Jeans na T-Shirt chafu, yenye picha ya Lady Madonna kwa jinsi ilivyoruhusu sehemu kubwa ya tumbo na matiti yake kuonekana, kujisogeza karibu naye na kijibia chake kilichobakia robo katika glasi. "*Brother*, hivi unaitwa nani vile? Nadhani nimepata kukuona?"

"Wapi?" Joram alimuuliza.

"Sehemusehemu. Kama sikosei tulikutana *Msasani Beach* au *Kilimanjaro Hotel* wakati Chakachaka alipotembelea hapa."

"Labda," Joram alimjibu.

"Naitwa Sweet Monie. Kaka yangu naona jina lako limeanza kunitoka."

"Jina la nini?" Joram alimwambia akimzawadia moja ya zile tabasamu zake ambazo huwaacha hoi akina dada. "Bado usiku ni mrefu sana. Tutafahamiana tu. Kwa nini usiwaambie wakuletee bia nyingine?"

"Ahsante. Lakini bia huwa zina tabia ya kunijaza tumbo. Kama hutajali ningeomba toti tatu za *John Walker*."

"Umepata."

Wakati maongezi na msichana huyo yakiendelea Joram alikuwa akiitazama saa yake mara kwa mara. Ilipotimu saa nne na robo za usiku alimuaga msichana huyo kwa madai kuwa wangeonana kesho. Akiwa tayari ana toti kumi na mbili za *John Walker* kichwani kwa nne alizokunywa Joram, 'Sweet Monie' alimdaka Joram mkono na kumsihi aondoke naye. Lakini Joram alimpuuza kwa ahadi za uongo na kwenda zake.

Aliiacha gari mbele ya jumba hilo la starehe na kutembea kwa mguu akielekea Barabara ya Samora. Alipokuwa akitembea aliifungua taratibu tai yake nyeupe na kumfanya asiweze kuonekana kwa urahisi kila alipofikia gizani.

Safari yake iliishia hatua kadhaa mbele ya ofisi ya King. Macho yake yenye uzoefu yaliweza kuwaona walinzi wawili waliokuwa wamelala mbele ya jengo hilo. Aliwapiga chenga kwa kupenya uchochoro uliomwezesha kujipenyeza nyuma ya jengo hilo. Kama utafiti wake wa awali ulivyomwonyesha, mlango wa nyuma wa jengo hilo haukutumika. Alitumia kijikasha chake cha vifaa vya kushughulikia milango na makufuli na kucheza nayo kwa dakika tano tu kabla haujafunguka na kumruhusu kuingia.

Kwa kutumia nuru nyembamba sana kutoka katika tochi yake yenye ukubwa wa kalamu, Joram alinyata hadi alipoifikia, ofisi aliyokuwa akiihitaji. Ofisi ya Mkurugenzi Mkuu wa *King Enterprises Ltd*, Bwana King Halfan King. Dakika tano nyingine mlango wake ulimtii na kumfanya Joram ajikute amekalia kiti chake, nyuma ya meza yake kubwa.

Ziara yake hii ilikuwa moja ya zile nyingi ambazo hupenda kuziita 'kupiga ngumi kichakani' wakati mpelelezi unapolazimika kutafuta, bila kujua unachotafuta. Chochote kinachoweza kukusaidia.

Alianza kwa kupekua mafaili yote yaliyokuwa mezani. Alisoma barua mbalimbali za kibiashara. Hakuona hata moja iliyomvutia. Akawasha kompyuta iliyokuwa juu ya meza hiyo na kuanza kupitia faili baada ya faili. Bado hakuona kitu chochote cha kumsisimua. Alitumia funguo zake 'malaya' na kufungua droo za meza hiyo. Kitabu cha benki kilimvutia kidogo. Alikipekuapekua kwa muda na kubaini kuwa haikuwa imeandikwa hundi yoyote ya kutoa pesa nyingi ambazo zingemwezesha King kumudu usafiri, jambo ambalo lilimfanya Joram ahisi kuwa safari ya King ilikuwa ya ghafla. Hata hivyo, alipokumbuka kuwa angeweza kwenda benki na kuchukua pesa kwa keshia bila kuandika hundi, alilipuuza wazo hilo na kuendelea na uchunguzi wake.

Ndani ya droo alipata kitabu chenye kadi za watu mbalimbali za mawasiliano. Joram alizipitia harakaharaka. Ni kadi ya mwisho katika kitabu hicho ambayo ilimvuta. Ilikuwa ya mtu anayeitwa Christopher Marlone ambaye alitambulishwa kama Mkurugenzi wa Kampuni ya Kimataifa TN (World Wide), Marlone, ambaye alikodi ndege uwanja wa ndege wa Dar es Salaam na kutowekea katika jiji la Nairobi!

Kwa mara nyingine Joram alikumbuka kupata kulisikia jina hilo kabla ya hapo. 'Wapi vile?' alijiuliza akiitia kadi hiyo mfukoni na kuanza kurudisha kila kitu kama alivyokikuta.

Dakika chache baadaye alikuwa tayari amelirudia gari lake akalitia moto kurejea nyumbani kwake.

Sura ya Tisa

❧❧❧❧❧

WAKATI akina Joram Kiango, Inspekta Kombora na wakuu wengine wa vyombo vya ulinzi na usalama wakihangaika kwa matukio hayo ya kutatanisha, kwa mara ya kwanza wananchi wa Tanzania walikuwa katika burudani nzito ya bure, burudani iliyopatikana katika mikutano mikubwa ya kampeni ambamo kila chama na kila mgombea alifanya kila jitihada kuonyesha ubora wake na uduni wa wagombea wengine. Kazi hiyo iliambatana na nguvu za hoja, hoja za nguvu, kashfa, matusi ya rejareja na ya nguoni, uongo wa hapa na pale na mengine mengi ambayo yalikuwa mapya machoni na masikioni mwa Watanzania.

Wakati huo tayari wagombea rasmi wa urais walikwishatajwa na Tume ya Uchaguzi. CCM ilimteua aliyekuwa Waziri wake wa Elimu ya Juu, Benjamin William Mkapa, NCCR ilimteua 'mwesi' aliyepata kuwa Naibu Waziri Mkuu Augustine Lyatonga Mrema, CUF ilimtoa Profesa wa uchumi, Ibrahim Lipumba wakati UDP ikimtoa mfanyabiashara mashuhuri John Momose Cheyo.

Viwanja vya Jangwani na Mnazi Mmoja, jijini Dar es Salaam, vilikuwa na kazi kubwa ya kubeba maelfu ya watu waliomiminika kuwasikiliza wagombea, wakati huko mikoani kampeni nzito za hali na mali zikiendelea kwa kasi ile ile.

Siku chache baadaye, fununu za kitu kipya zaidi zikasikika, mdahalo. Shirika moja lisilo la Kiserikali liliamua kuwaweka jukwaa moja wagombea wote wa urais na kuhoji sera na mikakati yao juu ya masuala mbalimbali ya kijamii na kiuchumi kwa lengo la kumpa mpigakura fursa bora zaidi ya kumchagua mtu anayefaa zaidi. Kwa mujibu wa taarifa hizo, mdahalo huo ungesikilizwa moja kwa moja na taifa zima kwa njia ya redio na televisheni. Taarifa zaidi zilidai kuwa wagombea wote wa urais walikubali mwaliko huo na kuusubiri kwa shauku kubwa.

***

Mtanzania mmoja tu duniani aliipokea taarifa ya mdahalo huo kwa mshtuko na hofu kubwa; King Halfan King. Kwa ujumla, taarifa hiyo ilikuwa kilele cha mlolongo wa masuala mengi yasiyoelezeka, ambayo yalimtukia ghafla katika kipindi kifupi cha maisha yake kiasi cha kumfanya ashindwe kufahamu kama yuko macho au ndotoni, duniani au kuzimu.

Kama ni miujiza ilikuwa imeanza mara tu baada ya ndoa yake, usiku ule ambao alipanga kukutana na Lilian pale *Ndege Beach* ili aweze kumliwaza kwa kutomwoa yeye kama alivyotarajia. Wakati huo akiwa na matumaini makubwa ya kwenda Ikulu, alifahamu kuwa alikuwa na wajibu mkubwa wa kumtuliza msichana huyo asije akatibua mambo kama alivyokuwa ametishia.

Ni baada ya kufika huko na kumkuta Lilian akiwa kitandani, mambo yalipoonza kuwa mambo. Aliamini kuwa mwili wa Lilian aliouona na kuushika juu ya kitanda ulikuwa mzoga. Aliamini pia kuwa juu ya kitanda hicho, aliona damu nyingi ya Lilian. Lakini aliporejea chumbani humo baada ya kuchelewa sana kwenye baa, na kupata haupo, huku kitanda kikiwa safi kama ambacho hakikupata kutumiwa alianza kuchanganyikiwa.

Simu aliyopiga Afande Salum, asubuhi yake ilikuwa jambo jingine lililozidi kumkoroga. Wakati akiwa hajaelewa iwapo alichokiona baina ya maiti ya Lilian na kutoweka kwake ni kiinimacho, kijana huyu ambaye wanaheshimiana sana alimchanganya zaidi kwa madai yake kuwa alizungumza na Lilian asubuhi hiyo.

Kana kwamba hiyo haitoshi, alishtukia simu hiyo ikikatwa ghafla, kitendo ambacho dakika chache baadaye kilifuatiwa na kutembelewa na mgeni aliyemtaka wazungumze faragha. Matokeo ya maongezi hayo ya dakika mbili yakawa safari ya ghafla ya Nairobi, Lagos na baadaye London.

Mgeni huyo, Christopher Marlone, alimshawishi kuifanya safari hiyo kwa maelezo mafupi; kuwa ili safari yake ya Ikulu itimie, ingemlazimu kuondoka siku hiyo hiyo hadi nchini Uingereza ambako alidai kuwa kulikuwa na watu muhimu wa kukutana nao. Marlone alimshangaza zaidi alipotoa hati yenye jina la bandia na pasi ya kuingia nchini humo.

"Kwa nini tutumie majina ya bandia?" alimuuliza. "Tusiulizane maswali ya kitoto. Unadhani kuchukua nchi, inayomezewa mate na kila mtu, ni jambo la mzaha?" Ni jibu pekee alilopewa.

Huo haukuwa mwisho wa mshangao wake. Chenga walizopiga Nairobi, mbinu walizotumia kupata usafiri wa Lagos na baadaye London ni mambo mengine yaliyamwacha taabani.

Na huko London pia 'miujiza' ilikuwa ikimsubiri. Alikuta chumba maalumu kikiwa kimeandaliwa katika jengo moja liitwalo *Windover* katika barabara mashuhuri ya *Baker* iliyoko katikati ya mji wa London. Wahudumu wawili wa kiume, waliwekwa katika jengo hilo ili kumtumikia kwa lolote alilohitaji. Baada ya kumkabidhi kwa wahudumu hao, Marlone alitoweka kwa ahadi ya kuonana baada ya 'mapumziko' mafupi ya 'kuondoa uchovu wa safari.'

Mapumziko hayo yaliondokea kuwa kama kifungo kwa King. Alipewa kila kitu isipokuwa uhuru wake, jambo aliloligundua nusu saa tu baada ya kuwasili. Aliinua simu na kuzungusha namba za Tanzania ili azungumze na mkewe. Kwa mshangao simu hiyo iliishia chumba cha pili, kwa mmoja wa wasaidizi wake ambaye alimdokeza kuwa ameshauriwa kutofanya mawasiliano ya aina yoyote na mtu yeyote bila maelekezo ya Marlone.

"Kwa nini?" King aliuliza kwa hasira.

"Usalama wako."

"Nini?" aliuliza tena. "Usalama wangu una mashaka gani?"

"Hatujui mheshimiwa. Nadhani, Marlone anafahamu zaidi. Amesema kuwa wewe ni mtu wa muhimu sana, na unatarajiwa kuchukua jukumu muhimu sana duniani, hivyo kwa vyovyote utaelewa."

"Naweza kuzungumza naye?"

"Hakuacha namba yake. Nadhani atakupigia wakati wowote."

King alitua mkono wa simu kwa hasira. Alihitaji sana kuwasiliana na nyumbani kwake. Alihitaji sana kuzungumza na mkewe ili aweze kumtaka radhi kwa safari hiyo ya ghafla na mambo mengine mengi ya kutatanisha ambayo yalimtokea. Hakujua Fatma alimfikiria vipi kwa vitendo hivyo. Siku ya kwanza tu ya ndoa alikesha au kulala nje. Siku ya pili aliondoka. Kwa mwanamke yeyote, hata awe mpole kwa kiwango kipi, atakuwa ameumizwa sana na kuhitaji ufafanuzi angalau kwa kudanganywa.

Jambo jingine ambalo lilifanya King ajikute katika mateso makubwa kifikra ni suala la Lilian. Hadi sasa alikuwa haelewi iwapo alichokiona ni maiti au kiinimacho. Hakujua iwapo Lilian alikuwa hai au marehemu. Simu ya Afande Salum, aliyedai kuzungumza na Lilian ilimkoroga. Kukatika kwa simu hiyo, kulikofuatiwa na safari ya ghafla, kulimkoroga zaidi. Hivyo, kwa vyovyote vile alihitaji mawasiliano.

Akiwa amejawa na mawazo hayo, akili ya King haikuweza kabisa kuvutiwa na chakula kitamu alicholetewa. Alikishika kidogo hiki na kuonja kile na baadaye kuondoka mezani. Hali kadhalika, vinywaji mbalimbali, katika baa ndogo ya nyumba hiyo, havikuvuta macho yake. Jitihada za wahudumu wake hao kumshawishi anywe chochote pia hazikufua dafu. Badala yake aliwasha televisheni na kukazia macho chaneli moja baada ya nyingine huku hakuna hata moja lililomwingia akilini.

Wahudumu hao walipobaini kuwa akili yake haikuwa kwenye televisheni hiyo waliitana kando na kunong'ona. Baadaye waliaga kwa maelezo kuwa zamu yao ilikuwa imekwisha na kumwambia kuwa zamu ambayo ingefuata ilikuwa ya wasichana wawili ambao pia walikuwa na jukumu la kumhudumia kwa lolote alipendalo. King aliwaitikia kwa kichwa na kurejesha macho yake kwenye televisheni. Muda wote masikio yake yalikuwa wazi yakiisubiri simu ya Marlone bila mafanikio.

Muda mfupi baadaye mlango uligongwa. Alipoufungua waliingia wasichana wawili wenye nyuso za tabasamu, wasichana wa kileo kwa hali na mali. Nywele zao zilikuwa katika mitindo ya kisasa, mavazi yao mafupi yakiwa pia mepesi kiasi cha kutoficha chochote katika miili yao myeupe. Walimsalimu kwa adabu kama ilivyo tabia ya Waingereza na baadaye kujieleza kuwa walikuwa hapo kwa ajili ya kumhudumia na kumliwaza.

Laiti wangejua ujio wao ulivyoirejesha kwa nguvu taharuki iliyokuwemo moyoni mwake! Taharuki ya kutoelewa kilichotokea kwa Lilian! Hali iliyotokana na jinsi mmoja wa wasichana hao alivyokuwa kafanana naye kama reale kwa ya pili. Macho, mwendo, umbile na hata sauti ilikaribiana kabisa na Lilian. Tofauti pekee ni kwamba huyu alikuwa Mwingereza na Lilian Mtanzania, aidha walitenganishwa na maelfu ya maili.

Mmoja wa wasichana hao alijitambulisha kama Irene na yule aliyefanana na Lilian alijiita Betty. Walikuwa wazungumzaji wazuri. Waliuliza mengi juu ya Tanzania na Afrika kwa ujumla, kama kweli Mlima Kilimanjaro uko Tanzania badala ya Kenya; kama kweli Wamaasai wanatembea uchi au ni picha za kibiashara tu wanazoziona; kama kweli baadhi ya makabila ya Afrika bado yanakula watu na kadhalika. Waliuliza pia maswali ya kisiasa na baadaye kuhamia katika masuala ya mapenzi, ndoa na talaka za Kiafrika. Wakataka kujua King alioa kwa mahari ya ng'ombe wangapi na kadhalika.

King alijaribu kuzungumza. Alijaribu kuyajibu maswali yao. Lakini baada ya muda walibaini kuwa hakuwa na hamu ya maongezi. Wakiwa hawajui la kufanya, wakati King akishikashika bila hamu chakula cha jioni walichomwandalia, walimwomba ruhusa ya kuweka mkanda wa video badala ya kutizama televisheni. Aliafiki. Uliondokea kuwa mkanda wa mapenzi mazito, ambayo yalionyeshwa waziwazi, yakihusisha wanaume watatu kwa mwanamke mmoja.

Katika hali ya kawaida, mkanda huo ungeweza kumkoroga sana King. Lakini kwa bahati mbaya ulizidi kumkumbusha juu ya Lilian na hivyo, kumfanya aamue kuutazama bila ladha yoyote kujitokeza machoni mwake, hali ambayo ilikuwa kinyume kabisa na wasichana hao walioketi juu ya kochi, kando yake. Walikuwa wakitapatapa, mara wagune, mara wotete, huku mikono na miguu yao haitulii. Baadaye King aliwaona wakianza kukumbatiana na kisha kunyonyana ndimi. Na muda mfupi baada ya hapo waliliacha kochi na kuhamia juu ya zulia, ambapo waliyatupilia mbali mavazi yao na kuanza kufanya kitu ambacho maishani mwake King aliishia kukisoma katika magazeti ya ngono au kukiona katika mikanda ya 'bluu.'

Lilikuwa onyesho la kusisimua; onyesho ambalo mwanaume yeyote asingelivumilia ingawa haikuwa hivyo kwa King. Badala ya kulifurahia yeye lilimtia hasira. Alihisi kuwa mwenyeji wake alikuwa ameyaandaa yote haya kwa nia ya kuujaribu uwezo wake wa uvumilivu, ama kumfanya akose muda wa kufikiri; wakati akiwa na mengi ya kufikiria. Ni haya yaliyomfanya ainuke, apite kando ya wasichana hao ambao walilala 'mzungu wa nne' huku mmoja akiwa juu ya mwingine, na kwenda zake chumbani, ambako alifunga mlango na kujilaza kitandani.

Dakika kumi baadaye simu ilipata uhai. Marlone alikuwa upande wa pili. "King? Natumaini huna wasiwasi wowote... "

"Marlone? Sikiliza ndugu yangu. Tunahitaji kuzungumza. Sijakuelewa... " King alidakia.

Lakini yeye pia alikatizwa na Marlone aliyesema, "Najua, najua rafiki yangu. Najua tuna mengi ya kuzungumza na mengi ambayo unahitaji ufafanuzi. Ni kwamba ratiba imebadilika kidogo. Tunazo kama saa arobaini na nane za kusubiri. Hivyo, nakushauri utumie muda huo kwa kiwango unachoweza kwani kwa kazi iliyo mbele yako nadhani hutaupata muda huo tena maishani. Utumie leo, vinginevyo utaujutia kesho. Nimetoa maelekezo wakupeleke kila mahala upendapo na kuruhusu kila burudani uitakayo."

"Lakini ningehitaji kuzungumza nawe leo!" King alisema.

"Haitawezekana. Wewe kula nchi hadi tutakapoonana na kuweka mikakati," sauti upande wa pili ilisema na kisha kukata simu.

King aliduwaa na simu yake mkononi kwa dakika kama mbili tatu, kabla hajaitua. Dakika chache baadaye alihisi mlango ukipapaswa na baadaye kugongwa na mmoja wa wasichana hao kuingia akiwa kama alivyozaliwa. Mwanaume lazima ajifunze kusema 'Hapana', aliwaza akisingizia kukoroma. Msichana huyo alimpapasa kwa mikono yake laini, akambusu, kisha alipoona haamki alitoka na kuufunga mlango nyuma yake.

Usingizi ulimkataa. Aliishia kukodolea macho dari ya nyumba hiyo, huku akijaribu kufikiri kwa makini. Kwa jinsi mambo yalivyokuwa, hakuna kilichomwingia akilini.

Hakujua muda gani usingizi ulimpitia. Badala yake, alipofungua macho kesho yake, ilikuwa yapata saa tano ya asubuhi.

Wale vijana wa kiume walikuwepo tayari kwa huduma. Walimtengenezea kifungua kinywa ambacho alikishikashika na baadaye chakula ambacho hakukigusa kama jana.

Pengine kwa kuamini kuwa yeye ni mtu asiyependa wanawake, bila shaka baada ya kupokea taarifa ya wasichana wale, jioni hiyo, vijana hao walimshauri kutembelea klabu kadhaa mashuhuri mjini humo, wazo ambalo aliliafiki mara moja kwa matumaini ya kupata fursa ya kuwasiliana na mkewe kwa simu.

Klabu 'maarufu' iliondokea kuwa *Earls Court Clinique*, eneo la East End ambayo inajishughulisha zaidi na mambo ya mashoga. King alipokelewa juujuu na wanaume ambao kwa mtazamo wa harakaharaka hutasita kupata hisia kuwa wana kasoro ya aina fulani, ama mwilini ama akilini. "Leo mmetuletea kipande kizuri cha mtoto wa Kiafrika," mmoja wa wenyeji wake alisema, akijaribu bila mafanikio kumkumbatia King.

Alipokwepa mtu huyo alicheka na kusema, "Unaona? Bado ana haya kibao."

"Mheshimiwa huyu hataki chochote zaidi ya kukandwa viungo vyake," mmoja kati ya viongozi wa msafara huo alidakia baada ya kuona dalili ya hasira na mshangao katika uso wa King. "Amesafiri kutoka Afrika usiku kucha. Angehitaji mtaalamu mmoja atakayemfanya arudiwe na uhai wake kwa dakika chache tu."

"Bila wasiwasi," mtu huyo alidakia. "Chumba namba nane, ghorofa ya nne, atapata kila huduma anayohitaji." Akimgeukia King mwenyeji huyo aliuliza, "Ungependa kuhudumiwa na mtu wa aina ipi? Kijana mzuri wa Kiitaliano, au baba mwenye uzoefu wa Kihindi?"

King alizidi kuduwaa.

"Usijali. Chumbani humo utakuta kijitabu chenye picha, majina na namba za simu zao. Yeyote utakayemhitaji piga simu." King hakuweza kustahimili zaidi. Aliinuka na kutoka nje huku akifuatiwa na wenyeji wake.

"Vipi mzee?"

"Sikilizeni," alifoka. "Nataka kumwona Marlone sasa hivi. Popote alipo mwambieni tuonane kabla ya siku ya leo kwisha."

"Mzee, nadhani mna miadi ya kuonana kesho."

"Leo!" King alinguruma akifungua mlango wa gari lililowaleta na kuketi.

Hawakuwa na la kufanya zaidi ya kuendesha gari kurejea nyumbani. Marlone alitokea yapata sao tano za usiku.

Mara tu alipoingia aliwaamuru wasaidizi wake kuondoka ili azungumze na King kwa faragha.

"Nimeambiwa umelazimisha tuonane leo badala ya kesho. Kuna nini?" alimuuliza King.

"Kuna mengi," King alijibu. "Nadhani umefika wakati wa kunitoa gizani ili nielewe kitu gani kinaendelea." Sauti yake ilionyesha dhahiri kuwa ya mtu aliyefikia ukingoni mwa uvumilivu.

Hali hiyo ilimfanya Marlone amtazame kwa muda kabla ya kumwuliza taratibu, "Mengi yapi, ndugu yangu? Ebu fafanua..."

"Sikiliza Bwana Marlone, au lolote lililo jina lako. Sikiliza vizuri sana. Mimi si mtoto mdogo nishindwe kuona kuwa hapa niko kifungoni chini ya ulinzi na himaya yako, kama mhalifu. Mimi si mzembe wa kushindwa kufahamu kuwa kwa namna moja ama nyingine safari yangu hadi hapa haina tofauti na kutekwa nyara. Wakati huo huo umefunga hata njia zangu za mawasiliano na familia au ofisi yangu. Kati ya yote hayo hujafanya jitihada zozote za kunifahamisha kinachoendelea, zaidi ya kuniambia nisubiri kesho! Nataka maelezo ya kuridhisha, leo tafadhali. Kesho iko mbali sana."

Marlone alimtazama tena King na kutabasamu. "Yaani mara moja hii umesahau kuwa hangaiko letu lote hili ni kufanikisha dhamira yako ya kwenda Ikulu?" alimuuliza, kwa sauti ndogo.

"Ikulu!" King alicheka kwa kebehi. "Nani aliyekupa ndoto kuwa nina njaa ya Ikulu kiasi cha kukubali kufungiwa namna hii? Nani aliyekudanganya kuwa nina kiu ya Ikulu kwa kiwango cha kubururwa kama gari bovu? Usijidanganye ndugu yangu. Mimi ni mtu mwenye msimamo wangu na hadhi yangu."

"Ni hayo niliyokusudia tuzungumze kesho kutwa. Maadamus umeamua kufanya hivyo leo si vibaya. Nitaomba unisikilize kwa makini sana, kwani maongezi yetu ya leo ni mazito na yataibadili historia ya nchi yako."

King alitulia kumsikiliza.

"Kwanza kabisa, nitapenda ufahamu kwa nini nililazimika kukutoa kasi nchini mwako," alisema huku kamkazia macho King. "Unakumbuka ulifanya nini usiku wa kuamkia safari yetu kule *Ndege Beach*?" Moyo wa King ulipasuka kama tufe la barafu.

"*Ndege Beach*... Usiku... Nilifanya nini? Nadhani sielewi unachosema." Alijikongoja kutamka kwa sauti dhaifu ambayo ilimfanya Marlone aangue kicheko.

"Huelewi ninachosema, siyo?" alimuuliza baadaye. "Ungeweza kumwambia hivyo Jaji wakati ziko picha za video zinazoonyesha waziwazi jinsi ulivyomuua yule msichana mrembo, nani vile jina lake?"

"Msichana yupi?... Unajua..."

"Sijui chochote. Ni wewe unayejua yote. Nilichotaka kukufahamisha hapa ni kuwa picha zipo na zinatosha kabisa kukufanya ule kitanzi." Alisita kuacha kauli yake imwingie King kikamilifu. Kisha aliendelea, "Kama unavyojua, urais, hasa katika nchi zinazoendelea, kama yako, sio mchezo. Tangu ulipoonyesha nia ya kugombea urais umekuwa ukifuatiliwa kwa makini na aina mbili za watu: wanaokutakia mema na wanaokutakia maovu. Vijana wangu, ambao wana jukumu la kuangalia usalama wako, walishindwa kuzuia picha za vitendo vyako zisichukuliwe. Lakini walifaulu kuuchukua mwili wa marehemu. Sasa hivi uko chini ya Bahari ya Hindi, katika gunia lenye mawe mazito ambayo yataufanya usitokeze kamwe, juu ya maji.

King aliduwaa akiwa hajui la kusema.

"Nadhani ni habari njema kwako. Natumaini sasa utakunywa Wiski yako kwa raha. Sivyo?"

"Una wazimu! Mimi sijaua mtu ... "

Marlone alitabasamu. "Tuachane na hayo. Nina habari njema zaidi kwako. Si umepata habari kuwa wagombea urais wote nchini mwako wiki ijayo watakuwa na mdahalo utakaofanyika katika hoteli ya Kilimanjaro?"

King alitikisa kichwa.

"Na kwamba tukio hilo litatangazwa moja kwa moja kwenye televisheni na redio na kuhudhuriwa na waalikwa mbalimbali?"

"Ndiyo."

"Mdahalo huo hautakuwepo," Marlone alisema na kuongeza, "Kwa mara ya kwanza dunia itashuhudia kitu ambacho haijapata kushuhudia. Wagombea wote watateketea mbele ya macho ya wageni waalikwa."

Sasa King alikuwa na hakika kuwa anazungumza na mwendawazimu.

"Kwa nini unanisimulia upumbavu wote huo?"

"Kwa sababu wewe ni mhusika mkuu. Wagombea wote watakufa kwa amri na niaba yako. Na baada ya hapo wewe utarudi nchini ukiwa shujaa kwa jinsi utakavyotoa hotuba kali kali za kulaani kitendo hicho. Utanguruma katika vyombo vyote vya habari, ndani na nje, ukipalilia njia yako ya kupokelewa kama shujaa mara watakapoanza kuandikisha upya wagombea. Utatumia chama chenye nguvu, utatumia pesa na msaada tutakaokupa na kwenda zako Ikulu bila wasiwasi wowote."

King alimtazama mtu huyo kwa muda mrefu kabla hajamwambia taratibu, "Nadhani hujui unazungumza na nani. Mimi ni Mtanzania. Nchi yangu ni maskini, lakini tunachojivunia ni amani. Kwa taarifa yako mimi nitakuwa mtu wa mwisho kuitia dosari amani hiyo, kwa ajili ya tamaa ya cheo. Kama ulinitazama kwa mtazamo huo sina budi kukupa pole." Baada ya maneno haya King aliinuka na kuongeza, "Nadhani umefika wakati wa kupeana kwaheri ya kuonana."

"Kaa chini!" Marlone alifoka.

"Samahani, naondoka."

"Kaa!" alifoka tena. "Unajua kuwa una kesi ya mauaji inayakusubiri kwenu?"

King alitabasamu kwa kebehi. "Najua sana. Na najua kuwa wewe utatufaa zaidi kumpata mtu aliyemuua mpenzi wangu, Lilian."

"Keti! Bado nahitaji kuzungumza nawe!"

King alipuuza na kujaribu kuondoka. King ni mtu mwenye uzito wa kutosha, lakini mwepesi. Hata hivyo, si uzito au wepesi uliomsaidia. Sekunde moja alikuwa wima akielekea mlangoni, sekunde ya pili alikuwa angani baada ya kuchotwa kwa staili ambayo hakuitegemea. Kabla hajatua juu ya sakafu kama gunia, tayari alikuwa amechukua vipigo vitatu vya judo shingoni vilivyomfanya agugumie na kutapika damu.

Marlone, ambaye alisimama kando yake, mguu wake mmoja ukiwa umekikanyaga kichwa cha King, mikono yake ikiwa tayari kuongeza kipigo iwapo King angefurukuta; aliinama na kumwambia kwa sauti ndogo yenye hasira baridi, "Sikiliza kwa makini. Tangu sasa utafuata amri yangu na kutekeleza kila nitakalokuagiza. Sawa? Namtaka mtu wangu pale Ikulu. Naitaka nchi yangu... "

King hakuyasikiliza yote. Fahamu zilimtoka huku Marlone akiendelea kufoka.

Sura ya Kumi

FAHAMU zilimrudia King usiku wa manane. Alijikuta kalazwa na kufunikwa vizuri juu ya kitanda. Ndiyo kwanza akahisi maumivu makali katika upande mmoja wa shingo yake, pale lilipoangukia pigo la Marlone.

Kupigwa! Wazo hilo lilimjia ghafla akilini na kumfanya apandwe na hasira. Ameweza vipi kukubali kupigwa na mwanaume mwenzake? Ameanza kuwa mzee? Au mzembe? Au yote kwa pamoja? Alijiuliza swali baada ya swali bila kupata jibu.

Hata hivyo, alipoituliza akili yake na kuwaza kwa tuo zaidi, alikiri katika nafsi yake kuwa katika suala la kupigana Marlone hakuwa mpiganaji wa kawaida. King alikuwa hajapata kumwona mtu mwepesi kama yeye, mwenye mikono ya chuma na shabaha ya mzimu.

'Mtu huyu ni nani?' Lilimjia tena swali ambalo lilikuwa likimsumbua tangu alipomtia machoni kiumbe huyo. Kwamba alikuwa na wazimu? Hilo King hakuona kama lilihitaji mjadala. Macho yake na sauti yake, aliposema, 'Namtaka mtu wangu pale ikulu... Naitaka nchi yangu...' ilionyesha dhahiri ni mtu wa aina gani, wa hatari kiasi gani.

Ndiyo kwanza alianza kuelewa mtego alioutumbukia bila kufahamu hadi kufikishwa hapa alipo. Yeyote huyo anayejiita Marlone ni mtu mwendawazimu ambaye kichaa chake kilimtuma kumiliki nchi. Ama kwa ajili ya rangi, ama kwa ajili ya sababu za uraia, kichaa huyo alijua kuwa isingekuwa rahisi kwake kuwa Rais wa Jamhuri ya Tanzania. Ndipo akabuni mbinu za kumtafuta mtu ambaye angemtumia, kama ngao, ya kumfikisha Ikulu. Kwa bahati, nzuri au mbaya, mtu huyo akaondokea kuwa yeye, jambo ambalo Marlone alilifanikisha kwa urahisi baada ya kubaini kuwa King alikuwa kati ya watu waliokuwa wakijiandaa kupigania urais.

Kitendawili cha kutoweka kwa Lilian ni jambo jingine ambalo King hakuhitaji ufafanuzi mwingine zaidi. Hakuwa na namna ya kuishuku kauli ya Marlone kuwa msichana huyo yuko chini ya Bahari ya Hindi. Wala hakuhitaji kuambiwa kuwa muuaji wake hakuwa mwingine zaidi ya Marlone au watu wake. Hali kadhalika, hakuhitaji kuambiwa kwa nini Lilian aliuawa.

King, ambaye sasa alikuwa na uhakika kuwa kwa muda mrefu Marlone alikuwa akisikiliza maongezi yake yote kwenye simu alishuku kuwa mazungumzo yake ya mwisho na Lilian yalimfikia. Akiwa mtu aliyepania kumfikisha 'mtu wake' Ikulu bila shaka aligutushwa sana na kauli ya Lilian alipodai kuwa angemchafulia jina ndani na nje ya nchi ili asiweze kufikia azma yake. Hivyo, hakuona njia ya mkato ya kumziba mdomo zaidi ya kumwua. Na baada ya kifo hicho, King alihisi, Marlone aliona akitumie kumfunga pingu ili asiende kinyume cha matakwa yake kwa kufanya aonekane kuwa yeye ndiye muuaji.

Kumuua msichana mrembo kama yule, kisha mpenzi wake wa damu, kwa ajili yake; ni wazo lililomfanya King aanze kutokwa na machozi. Hasira kali dhidi ya Marlone zilimwingia rohoni na kumfanya atafune meno yake kwa hasira. Kitu fulani kilimwambia rohoni kuwa kwa mara ya kwanza maishani mwake lazima auwe mtu, mtu ambaye hakuwa mwingine zaidi ya Marlone.

Hata hivyo, aliimeza hasira yake na kujikumbusha kuwa angehitaji kufikiri kwa makini zaidi. Hilo lilikuwa baada ya kuukumbuka wepesi wa binadamu huyo katika mapambano na lile tishio lake kubwa zaidi, la kuwaangamiza wagombea urais wote kwenye mdahalo.

'Nahitaji kufikiri kwa tuo. Nahitaji fedha. Nahitaji bastola,' aliwaza. Fedha halikuwa tatizo. Alikumbuka kuichukua kadi yake inayomwezesha kuchukua pesa mahali popote duniani. Bastola... aliihitaji bastola haraka iwezekanavyo.

Wakati King akiumiza kichwa chake kuwaza haya, katika hoteli moja mtaa wa pili, uitwao *Baker*, mtu mwingine alikuwa akiumiza kichwa chake. Kwa King alifahamika kama Christopher Marlone, ingawa jina lake halisi lilikuwa Adrian Adrian, kama alivyoamua kujiita baada ya kutolifahamu jina la baba yake zaidi ya Masta peke yake.

Kitu kilichokuwa kikiisumbua akili yake ni kosa alilolifanya la kuruhusu hasira zimtawale baada ya kuona King akiamua kuwa mbishi kuliko alivyomtegemea. Adrian alijua kuwa kuruhusu hasira hizo kiasi cha kumpiga, na kuiropoka siri yake, lilikuwa kosa kubwa sana ambalo linaweza kumgharimu mkakati wake mzima ambao tayari umempotezea muda na mamilioni ya pesa.

Hakukosea sana aliposema, 'namtaka mtu wangu pale Ikulu... Naitaka nchi yangu' kwani hilo lilitoka katikati ya fungate la moyo wake. Aliamini kabisa kuwa Tanzania ni nchi yake na kwamba muda mfupi ulikuwa umesalia ili kuitia mkononi moja kwa moja. Tatizo likiwa rangi yake, ndipo alipobuni mbinu za kumpata mtu wake ambaye angemtumia kama kivuli, wakati amri ya mwisho ikitoka kwake.

Mapenzi, au kichaa cha mapenzi kwa nchi ya Tanzania kilimwingia miaka sita iliyopita kama mchezo. Ilikuwa baada ya kuona ardhi ya Tanzania kwake ikiwa pepo ya ajabu, ambayo kila alichogusa kiligeuka dhahabu na alichokanyaga kuwa petroli.

Akiwa mtu ambaye hakuwahi kufanikiwa kwa lolote katika maisha yake ya awali, Adrian alikuwa ameitumia robo tatu ya uhai wake kujifunza judo na *kung'fu* katika himaya ya baba yake, Masta, nchini Marekani, baada ya kuhitimu shahada yake ya kwanza katika Historia.

Adrian ni mmoja kati ya watu ambao tayari wamepoteza utaifa asilia. Wakati baba yake akiwa na damu ya mchanganyiko baina ya Mmarekani mweusi na Mkorea, mama yake alikuwa kati ya Mjapani na Mfaransa, hali ambayo kwa muda mfupi alioishi Tanzania ilimfanya aione kama nchi yake na haki yake kuimiliki, kichwa na mkia.

Awali wazo hilo aLiliana kama moja ya yale mawazo ya kipuuzi ambayo humtembelea binadamu kwa nyakati fulanifulani na baadaye kutoweka. Lakini wazo hilo lilipozidi kukitembelea kichwa chake mara kwa mara na baadaye kujikita katikati ya ubongo wake, alijikuta akianza kulifanyia kazi bila kutegemea.

Hakuwa mnafiki wa kushindwa kukiri katika nafsi yake mwenyewe kuwa pesa zilikuwa chanzo cha kumfanya aanze kupata mawazo haya. Alikuwa nazo, nyingi, za kila aina na kila taifa, ambazo zilimwezesha kununua kila kilichomjia akilini. Angeweza kununua si ndege tu, bali kampuni inayounda ndege. Angeweza kuamuru, kwa nguvu za pesa zake, waziri fulani afukuzwe au wizara ifutwe. Angeweza hata kununua nusu ya ardhi yenye rutuba ya nchi yoyote ya 'dunia ya tatu'. Lakini yeye hakuiona haja ya bidhaa ndogondogo kama hizo. Alitaka kununua nchi! Alitaka kummiliki rais wa nchi!

Fedha zilizomfanya apate maradhi haya ziliangukia mikononi mwake kama nyota ya jaha. Akiwa hana kazi maalumu nchini Marekani, baada ya kufuzu na kufuzu tena kozi mbalimbali za kujihami bila silaha yoyote ndipo alipopata ule mwaliko uliomfikisha nchini Tanzania bila kutegemea. Waajiri wake walikuwa wale marehemu wawili, Phillip na Paul, waliokuwa na maumbile ya kuchekesha kutokana na aina fulani ya mkasa uliowakumba huko Afrika Kusini.

Kazi waliyompa ilikuwa kama mchezo tu, ambao ulianza kumkinaisha dakika ile ile aliyoingia nao mkataba; kuwalinda kwa lolote ambalo lingeweza kutokea na kumvunja shingo au mgongo mtu yeyote ambaye angeonyesha dalili ya kuwajua. Wiki mbili za kwanza zilimkinaisha zaidi na kumfanya atamani kujiuzulu ingawa fedha alizokuwa akilipwa zilikuwa nyingi kuliko alivyotarajia.

Hata hivyo, kazi ilianza kuwa 'tamu' usiku ule alipopimana misuli na mtu mmoja aliyeonekana kama 'mchezaji' mzuri, hadi ulipotokea umati mkubwa wa watu na kuvuruga mchezo huo. Baadaye, alipofahamu kuwa mtu yule hakuwa mwingine zaidi ya Joram Kiango, adui yake wa utotoni, na kwamba jukumu lake lilikuwa kumvunja shingo, alijikuta akiifurahia sana ajira hiyo; nusura awaambie waajiri hao kuwa alikuwa tayari kuifanya kazi bure. Asingeweza kusahauwala kusamehe kipigo ambacho Joram alimpa, wakati wa mafunzo yao. Aliapa kuwa asingekufa kabla ya kulipiza kisasi.

Kwa bahati, mambo hayakwenda kama alivyopanga. Usiku ule ambao aliwoteka nyara Inspekta Kombora na msichana wa Joram, na kumsubiri Joram mwenyewe ili aitimize azma yake, ulikuwa usiku ulioyabadili maisha yake kabisa. Katika pitapita zake katika vyumba vya siri vya jengo hilo, chini ya ardhi, alikifikia chumba ambacho kilikuwa na mamilioni kwa mamilioni ya fedha za nchi mbalimbali. Hali kadhalika, katika moja ya makabati chumbani humo alipata vitabu vya hundi, kadi na nyaraka mbalimbali zilizomwonyesha jinsi watu hao walivyokuwa na mamilioni mengine ya fedha katika benki mbalimbali, ndani na nje ya nchi. Hivyo, badala ya kumsubiri Joram alichukua jukumu la kuanza kazi ya kuhamisha fedha na nyaraka hizo.

Haikuwa kazi rahisi. Jukumu la kuhamisha mamilioni ya fedha, nyaraka na kufunika kasoro ambazo zingeweza kujitokeza lilikuwa zito na la haraka. Ilikuwa ama achukue fedha au aisubiri roho ya Joram Kiango na kuiteketeza. 'Joram anaweza kufa baadaye,' ni uamuzi alioufikia baada ya kuwaza kwa muda. Akaingia katika jukumu la kazi ya kubeba na kupakia fedha katika *pick-up*, baada ya kuifunga katika makasha ambayo yasingeweza kuvuta macho ya wapita njia.

Alipata chumba katika nyumba moja ndogo ya wageni, sehemu za Keko Machungwa, kwa kutumia jina la bandia. Kesho yake, kwa kutumia senti chache, nyumba hiyo ilifungwa kwa maelezo kuwa ilikuwa katika matengenezo. Mwenye nyumba alilipwa fedha alizotaka ambazo zilimwezesha kununua nyumba ya pili na kuanza kuitengeneza huku watumishi wake wakipewa likizo ya dharura iliyoambatana na malipo ya kuridhisha.

Baada ya kuimiliki kwa muda nyumba hiyo tatizo alilobakia nalo sasa lilikuwa namna ya kuihifadhi kikamilifu fedha hiyo pamoja na kuisafisha ili iingie katika mzunguko kama fedha halali. Alihitaji mtambo ambao wafanyabiashara haramu, kama Mafia, huuita *Money Laundry Machine*, ambao ungefanya kazi kwa uhakika bila ya kuishtua serikali wala makachero wake. Jambo la awali kabisa lilikuwa kuipeleka benki, jambo ambalo halikuwa rahisi. Katika nchi ndogo na masikini kama Tanzania, kuweka milioni kumi tu ya fedha ya kigeni, kesho yake makachero wote wa serikali watakuwa nyuma yako kujua umeipata wapi. Adrian alihitaji njia nzuri zaidi ya kuiingiza na njia ya uhakika zaidi kuitoa, kila itakapobidi.

Aliendelea kuitafuta njia hiyo.

Unaweza kulala masikini, ukaamka tajiri. Haya yalimkuta Shafii Kakinga, mkurugenzi wa kampuni ndogo iliyokuwa ikijihusisha na biashara ya uuzaji wa dawa za wanyama na mifugo, asubuhi moja ya kawaida.

Alikuwa amekwenda katika ofisi yake ya Mtaa wa Swahili, katika jengo la *AM Investment* na kumpa karani wake simu mbili tatu za woteja wake ili kufuatilia madeni na kuona kama yupo ambaye angehitaji bidhaa zaidi. Kabla hata hajapata simu yoyote kati ya hizo, iliingia simu ambayo ilibadili kabisa maisha yake. Msemaji upande wa pili alikuwa Mzungu. Alitaka kuwasiliana na Mkurugenzi wa *Shaka Medicare Ltd.* Alipompata alijieleza kama mfanyabiashara kutoka Korea Kusini ambaye alikuwa nchini kutafuta mtu wa kuingia naye ubia. Alimtaka wakutane *Kilimanjaro Hotel* jioni hiyo kwa majadiliano zaidi.

Walikutana. Adrian, akiwa katika sura mpya ambayo alitaka Kakinga amtambulishe kwayo, uso wa kizee, ndevu ndefu, tumbo kubwa na mavazi ya kitajiri. Hata sauti yake aliibadili kwa kujisingizia kigugumizi na kithembe kidogo katika maongezi yake. Walizungumza mengi, sehemu kubwa ya maongezi ikiwa ya Adrian kumhoji Kakinga hili na lile ili kupata yale ambayo upelelezi wake na nakala ya hati ya kampuni yake aliyoipata kwa msajili haikuwa imeyaeleza. Baada ya kuridhika na majibu aliyoyapata aligonganisha glasi na Kakinga, kitendo kilichofuatiwa na ahadi ya kushirikiana katika biashara.

Kilichofuatia kilikuwa mwujiza kwa Kakinga. Adrian,

ambaye alikuwa akitumia jina la bandia, alitoa fedha taslimu, dola za Kimarekani elfu ishirini na kumtaka azitumie kutafuta ofisi yenye hadhi zaidi. Aidha, aliomba kupewa namba ya akaunti ya kampuni ili aweze kutuma mtaji wa kwanza kwa ajili ya miradi mipya.

Siku chache baadaye, Shafii Kakinga alikuwa mmoja wa matajiri wakubwa jijini Dar es Salaam. Alikuwa na maduka ya dawa yasiyopungua arobaini huku na huko nchini, huku akiwa pia na magari ya kuuzia dawa mitaani na vijijini. Aidha, alifungua miradi mipya ya ujenzi, uchapishaji na mawasiliano. Alihisi dunia ikimchekea na mbingu kumfungulia milango.

Kitu kimoja hakufahamu. Hakujua kuwa vijisenti alivyokuwa akijivunia vilikuwa tone la maji tu katika bahari ya fedha ya mwenzi wake wa kibiashara ambayo, kwa kutumia jina la kampuni yao na hati za bandia, bila yeye kufahamu, zilikuwa zikioshwa na kupenyezwa katika mabenki mbalimbali ndani na nje ya nchi. Hali kadhalika, hakujua kuwa mshirika wake alijiingiza katika biashara mbalimbali haramu kama dawa za kulevya, madini na nyinginezo.

Hivyo, wakati yeye akifurahia 'nyota ya jaha' iliyomwangukia mshirika wake, ambaye walionana na kuwasiliana kwa nadra sana, alikuwa pia akisherehekea mafanikio ya harakati zake.

Mtu mwingine aliyenufaika na fedha ya Adrian au Marlone alikuwa Mrusi mwenye asili ya Kiyahudi, Benny Isack, maarufu kwa jina la *Old Boy*. Akiwa na umri wa miaka sabini na miwili, *Old Boy* angeweza kufikiriwa kuwa mwenye miaka kati ya arobaini na tano na hamsini tu, hali iliyotokana na ukakamavu, machachari na jinsi alivyojitunza kwa kutoruhusu ndevu kuishi kwenye kidevu chake kwa zaidi ya saa ishirini na nne. Lakini si hilo lililompa *Old Boy* umaarufu. Alikuwa mmoja kati ya watu wachache duniani ambao waliogopwa na kila serikali huku akiwa anapendwa na karibu kila gaidi duniani, kutokana na biashara yake ya kutatanisha.

Ukiamua kuasi na kuanzisha jeshi la msituni ili kuipindua serikali, *Old Boy* alikuwa mtu wako. Atakuuzia silaha, atakuuzia mbinu na kukupa 'wataalamu' ambao watalipa mafunzo jeshi lako. Hutaki kuchukua nchi lakini unataka kumwondoa duniani rais au mmoja wa viongozi wa juu, huna mtu atayekufaa kwa kazi hiyo wala nyenzo, ila *Old Boy*. Hata serikali zisizojiamini zilipohitaji kumwondoa duniani mmoja wa wapinzani wao aliyetishia uhai wao madarakani, hiyo ilikuwa biashara ya *Old Boy* na ingefanyika uhakika, mradi ufikie bei.

'Mzee kijana' huyo alijivunia rekodi yake ya kufanikisha mauaji ya marais watatu duniani, wawili wakiwa wametoka Afrika; kuwaua wanamapinduzi wanne; kusababisha mapinduzi mara saba, huku vikundi vinne ambavyo hadi sasa vingali porini, vikimtegemea kwa silaha na utaalamu.

Akiwa mwanajeshi mstaafu, ambaye alipigana katika Vita Vikuu vya Pili na kushiriki, kwa namna moja au nyingine, katika vita baridi baina ya KGB na CIA, *Old Boy* alimjua karibu kila mtu aliyehitajika katika harakati zake na wapi alipo duniani. Mara nyingine ilimgharimu kuinua simu tu na kutoa maelekezo kwa mtu ambaye yuko upande wa pili wa dunia na mambo kwenda kama yalivyokusudiwa.

Hivyo, kazi mpya aliyopewa na mtu aliyejiita Marlone, ya kuwafuta duniani wagombea wanne wa urais katika nchi ndogo isiyofahamika huko Afrika Mashariki kwa malipo ambayo hayakuwa na mjadala aliiona kama mchezo tu. Kwanza watu wenyewe watakuwa wamesimama mbele ya hadhara, kama Masihi alivyosimama kwenye msalaba akisubiri kusulubiwa, jambo ambalo lingerahisisha sana kazi yake.

Pili, alikuwa ameandaliwa silaha ya uhakika, iliyofichwa katika kitu umbile la kamera ambayo ingemwezesha kufanya kazi hiyo kwa ufanisi mkubwa na kwenda zake wakati watu wakiwa wamepigwa na butwaa.

Kwa kawaida, *Old Boy* hupenda kuandaa silaha zake mwenyewe, bila kumshirikisha mtu. Kwa hili alikuwa amekubali kwenda kinyume kidogo, kutokana na muda mdogo uliosalia. Lakini haikuwa kabla ya kukagua mchoro wa silaha hiyo kwa makini na kuridhika nao.

Alichokuwa akisubiri kilikuwa kukutana na huyo aliyetajwa kama mteja wake halisi, kwa jina King, ambaye aliambiwa kuwa baadaye angekuwa rais wa nchi hiyo, ili wafahamiane na kuwekeana mikataba kamili.

Alisafiri kutoka New York ambako alifanya makazi yake na kuja London kwa ajili ya suala hilo. Akiwa mtu anayependa maisha, zawadi aliyopewa ya chumba murua katika moja ya mahoteli ya Sheraton, kinywaji cha bure na wasichana wawili, wasiovuka miaka kumi na minane ambao walikuwa wakimburudisha, *Old Boy* hakuona kero kusubiri hadi kesho yake ili akutane na King, kama alivyokuwa ameelekezwa. Hata alipopata simu kuwa kikao hicho kimeahirishwa tena kwa saa ishirini na nne zaidi hakujali, mradi gharama za vinywaji, malazi na malipo ya wasichana hao waliokuwa wakionyesha kila aina ya ufundi wao mwilini mwake yalifanywa na mwenyeji wake.

Hata hivyo, kichwani alijikumbusha kanuni aliyojiwekea katika harakati zake kuwa iwapo itatokea kazi iahirishwe kwa mara ya pili au zipite saa ishirini na nne bila kumsikia mwajiri wake, angelazimika kuiacha moja kwa moja kazi hiyo na kutomuaga mtu yeyote isifahamike anakoelekea; kanuni ambayo mara kadhaa iliokoa maisha yake baada ya siri kuvuja.

Aliyafumba macho yake na kutulia chali, huku mara kwa mara akiguna au kumung'unya maneno fulani kufuata uhodari wa vidole, midomo na ndimi za wasichana hao waliokuwa wakihitimisha zabuni waliyopewa.

Mara kwa mara alimwagiza kinywaji mmoja kati yao nakujiongezea nguvu kwa glasi ya Wiski aina ya *John Walker* ambayo aliinywa kidogo na kujilaza chali tena.

Hadi alipoipokea simu ya Adrian aliyemwarifu kwa ufupi 'Mambo tayari ... kesho saa nne asubuhi,' ndipo alipowafukuza wasichana hao na kujipumzisha kwa kuruhusu usingizi mzito umchukue.

Sura ya Kumi na moja

●┫━•◦••●┣

NIMEKUBALI ni neno pekee ambalo King alilitamka mara alipopokea tena simu ya Adrian au Marlone.

Alisikia kicheko cha ushindi kikimtoka Marlone kutoka upande wa pili, kicheko kifupi, kizito, ambacho kilifuatiwa na sauti ya taratibu aliposema, "Nilijua utafikiria upya uamuzi wako... Nilijua utauthamini na kuudumisha uzalendo wako... Sasa sikiliza... Bado muda mfupi sana jina lako litaingia katika orodha ya marais duniani. Na hutaongoza nchi dhaifu, yenye njaa, maradhi, maafa, elimu duni na umaskini unaonuka kama ile... Utakuwa rais mwenye nguvu na mfadhili wa nchi yako mwenyewe... Utakuwa... Utakuwa... "

Sifa zilimiminika kama matone ya mvua, neno baada ya neno. King hakuyasikiliza yote. Alijisikia kichefuchefu kwa sauti hiyo, huku hasira zikimfanya atamani kutupa chini mkonga wa simu baada ya kumwambia mara elfu moja msemaji wa upande huo wa pili, "Una wazimu... wazimu... wazimu..."

Kitu pekee ambacho kilimfanya asite kufanya hivyo ni uamuzi mpya ambao aliamua kuchukua kwa kuzingatia kuwa sasa alikuwa akipigania si kuyaokoa maisha yake tu, bali pamoja na maisha ya wagombea urais wote, pamoja na Watanzania wote kwa jumla. Hakuwa mtoto mdogo wa kushindwa kuelewa kuwa mauaji ya mtu mmoja katika kuwania madaraka huwa ni mwanzo wa mkondo wa kudumu wa damu kumwagika. Yanayatokea Nigeria, Algeria, Kongo zote mbili, Angola na kwingineko yalikuwa mifano tosha.

Kabla ya kufikia hatua ya kujifanya yuko pamoja na Marlone, King alikuwa amejaribu kila njia ya kujitoa katika milki yake lakini akabaini kuwa kama ni ndoano ilikuwa imemnasa vilivyo kooni.

Alianza kwa kuhitaji bastola ili amwondoe duniani Marlone. 'Kwa ajili ya Lilian...' alijikumbusha. Bastola zilikuwa tele katika maduka ya silaha ya London. Alichohitaji ni fedha kidogo tu za kuinunulia. Akiwa na kadi yake ya benki alichofanya ni kuinua simu tu na kuipigia moja ya benki zake na kutaja kiasi cha fedha alichohitaji.

Ni hapo alipobaini jinsi ambavyo alikuwa katika himaya ya Christopher Marlone. Badala ya kumhudumia kama ilivyo ada, alimtaka King radhi na msichana wa benki kumwunganisha na bosi wake, ambaye aliibuka na habari mpya, ya mwaka.

"Bwana King? Tusingekuwa na tatizo lolote la kuidhinisha fedha yako isipokuwa ni kutokana na maelekezo yako mapya, kuwa fedha yoyote itoke kwa idhini ya pamoja baina yako na mshirika wako wa biashara."

"Maelekezo? .. Yalifika lini kwako?" aliuliza kwa mshangao.

"Wiki tatu zilizopita ... Tena lazima tukupe hongera, kwa maana mshirika wako huyo ni mmoja kati ya woteja wetu wazito, wenye hisa nzito katika benki hii..."

Alielezwa jinsi ujumbe huo ulivyofika ofisini hapo kwa njia ya baruapepe iliyotoka Dar es Salaam na kwamba tayari umetawanywa katika akaunti zote za King, kama walivyoelekeza.

Alipotua simu hiyo chini, King alikwishaamua kwa mara nyingine kuwa asingeendelea kuwa hai bila ya Marlone kuwa marehemu. Alikuwa amegundua jambo moja zaidi, kuwa alikuwa akicheza na mauti yenyewe. Kupata bastola, kwenda mbele ya Marlone huku akiwa ameificha mfukoni au katika gazeti alijua ilikuwa sawa na kujitumbukiza katika moto wa jehanamu kwa matarajio ya kuogelea.

Mawazo kadha wa kadha yaliingia na kutoka kichwani mwake kabla ya kubuni wazo la kujitia kuuafiki mpango wa Marlone. Aliwaza kuiarifu serikali ya Uingereza, wazo ambalo alilipuuza kwa kuamini kuwa nchi iliyoendelea kama hiyo, ingelipuuza jambo hilo kwa kuamini kuwa halina uwezekano wowote. Alifikiria kuuarifu Ubalozi wa Tanzania nchini humo. Hilo pia alilipuuza baadaye kwa hofu ya kutojua nani ataupokea ujumbe huo, kwa uzito upi na ataufikisha vipi Dar es Salaam. Aliwaza hata kuinua simu ampigie Rais Ali Hassan Mwinyi. Lakini alishindwa kufanya hivyo kwa sababu zile zile na hofu ya kuharibu mambo zaidi.

Kitu kimoja alikuwa na uhakika nacho, hatua yoyote ya kwenda kinyume na Marlone, bila uhakika wa kutosha, ingefuatiwa na kifo chake. Naye hakuwa tayari kufa kabla ya kumuua Marlone.

Ni hapo alipoichukua simu yake na kumwambia, 'Nimekubali.'

Kama King alitaraji kuwa kauli yake hiyo ya kukubali ilikuwa imemsogeza karibu zaidi na dhamira yake ya kulipiza kisasi, basi alikuwa amefanya kosa jingine la maisha.

Mara tu walipoonana na Marlone na macho yao kukutana anakwa ana kila mmoja aliisoma hila na chuki iliyofichika katika macho ya mwenziwe. "Najua unanidanganya..."ilisomeka wazi katika macho ya Marlone wakati yeye aliyaona vizuri kabisa maandishi mazito, "Nimedhamiria kukuua..." katika uso wa King.

Hata hivyo, kila mmoja alijitahidi, bila mafanikio, kukificha kilichokuwemo rohoni mwake. Badala yake ni

Marlone aliyeanza kwa kumkimbilia King na kumkumbatia huku akisema kwa sauti ya furaha "Good Morning Mr. President! Samahani kwa yote yaliyopita baina yetu... Ni historia. Tugange yajayo..."

Marlone alikuwa amefuatana na mtu wa pili, ambaye baadaye alitambulishwa kwake kama Old Boy. "Nilitaka mfahamiane tu, leo ikiwa ya kwanza na ya mwisho. Ni yeye ambaye atafanya kazi zako zote chafu kwa maelekezo kutoka kwangu, wewe binafsi ukijihusisha naye kwa namna yoyote ile; vinginevyo ile sura ya Malaika tutakayokupamba kamwe haiwezi kukubalika."

King aliupokea mkono wa Old Boy, pamoja na udogo wa mwili wake, pamoja na umri wake, alishangaa kuona mkono wake ukiwa kama uliobanwa na klempu ya chuma katika vidole vikakamavu vya mzee huyo kwa sekunde mbili tatu kwa namna ya mtu anayefanyiwa aina fulani ya majaribio. Baadaye *Old Boy* alitabasamu na kuuachia mkono huo, huku akisema, "Usijali... umenipata mimi... Umepata kila unachotaka."

"Sasa..." Marlone alisema akimshika King mkono na kumwongoza hadi chumba cha pili ambako, wakiwa bado wamesimama, alimshika bega na kumwambia kwa sauti nyembamba, "Sasa tuna mengi ya kufanya, ndugu yangu. Tunahitaji kukuandaa kikamilifu." Alisita na kuongeza, "Tunajua wewe ni mwandishi mzuri wa hotuba. Lakini tumekuandalia wataalamu wanne wa kimataifa watakaokusaidia kuandaa hotuba yako ya kwanza ambayo itakuwa kali, ikilaani vikali kitendo cha mauaji ya kinyama ya wagombea urais."

Hotuba hiyo itatangazwa na vyombo vyote vya habari duniani, mashariki na magharibi. Baada ya hotuba hiyo dunia nzima itakuwa tayari imekufahamu...

"Kitakachofuata hapo ni kulipamba jina lako na kuipa uhai historia yako. Hilo litafuatiwa na kuweka wazi imani na msimamo wako kisiasa, kiuchumi na kijamii kutokana na mahojiano na vyombo vingi vya habari ambavyo vitakuwa vikikufuatafuata kama nzige."

"Baadaye utakutana na marais wanne au watano, mawaziri wakuu wanane, Katibu Mkuu wa Umoja wa Mataifa na viongozi wa mashirika ya kiuchumi ambao watajadiliana nawe uwezekano wa kuifutia nchi yako madeni, iwapo amani itarejea. Baadaye..."

'Iwapo amani itarejea!' King aliwaza, wazo ambalo lilifanya apate hisia kuwa kuna jambo ambalo Marlone alikuwa akiliacha makusudi kulieleza.

Hakuwa amekosea sana. Baada ya kuuona msimamo wa King, ambao alikuwa na kila hakika kuwa lile pigo moja la judo alilompa liliuzidisha badala ya kuupunguza, aliepuka makusudi kumsimulia juu ya ile sehemu nyeti zaidi, ya jeshi kuchukua madaraka kwa muda katika jitihada zao za 'kulaani' mauaji ya wagombea; hatua ambayo ingefuatiwa na jeshi hilo kumtangaza King, angali ughaibuni, kama rais wa muda hadi uchaguzi mpya utakapoandaliwa. Akiwa tayari amekikalia kiti hicho na kuonja ladha yake, Marlone alikuwa na kila hakika kuwa King angeafiki kila mkakati wa kumwezesha kukalia kiti hicho milele.

"Baadaye..." alikuwa akiendelea kusema. "Utarejea nyumbani ukiwa shujaa, unayetambulika na kukubalika ndani na nje. Utapokelewa kishujaa, kwa maandamano na vimulimuli hadi Ikulu."

Marlone alikuwa na kazi nyingine ndogo. Baada ya maongezi yake na King alipitia ofisi ya DHL na kuchukua bahasha iliyokuwa imetumwa kutoka Dar es Salaam kwa jina lake jingine la bandia. Alikuwa ameamua makusudi mzigo huo upokelewe katika ofisi zao badala ya kuletwa katika hoteli yake kwa sababu za hadhari.

Akiwa ndani ya gari aliifungua bahasha hiyo. Ndani yake zilikuwemo kadi mbili tatu za mwaliko wa kuhudhuria mdahalo wa wagombea urais Tanzania. Hali kadhalika, orodha ya waalikwa wote na maafisa watakaousimamia iliambatanishwa.

Marlone aliyafahamu vizuri baadhi ya majina, wahariri wa vyombo vya habari, waandishi waandamizi, viongozi wa vyama vya kisiasa, wakuu wa mashirika yasiyo ya kisiasa, viongozi wa dini na kadhalika.

Marlone aliyapitia kwa makini. Alihitaji jina moja tu ambalo lingefanya kazi ya kumruhusu mtu wake aingie ndani ya chumba hicho na kufanya kile kilichokusudiwa kufanywa. Jina ambalo siku hiyo mwenye jina hilo hangeamka. Nafasi yake ingechukuliwa na Old Boy ambaye angeifanya kazi hiyo kwa uhakika.

Marlone alitamani kucheka alipojikumbusha kwa mara nyingine kuwa hiyo ingekuwa kazi ya mwisho ya Old Boy. Silaha atakayoitumia, iliandaliwa katika hali ambayo mtumiaji angekwenda sambamba na waliokusudiwa.

Kidogo tendo hilo lilimfanya Marlone ajihisi hatia. Hata hivyo, alikuwa na sababu nyingi zilizomlazimisha kuchukua uamuzi huo. Kwanza kabisa, hakupenda kubahatisha. Kazi ingeweza kufanikiwa lakini yakatokea makosa, Old Boy akakamatwa na kuzungumza, kila kitu kingeweza kuharibika. Sababu ya pili ilikuwa ni hofu ya kuishi na mtu hatari kama huyo. Sababu ya tatu ilikuwa fahari tu ya kumzidi kete mtu hatari ambaye dunia inamwogopa, jambo ambalo alilifananisha na kumuua Ziraili mwenyewe.

Akiendesha gari kwa mkono mmoja, Marlone aliitumia simu yake ya mkononi kuthibitisha juu ya ratiba ya safari ya ndege aliyoikodi. "Kama tulivyopanga ... Hakuna mabadiliko yoyote," alisema na kukata simu.

"Sasa... " alijisemea kimoyomoyo kwa furaha, baada ya kuona hatimaye kila jambo linakwenda kama lilivyopangwa. Alikuwa na muda mfupi wa kusubiri, saa chache sana. Baada ya hapo angekuwa na rais wake. Angekuwa na nchi yake. Furaha na faraja iliyojaa moyoni mwake kwa wazo hilo peke yake haikuwa na kifani. Alitamani apae angani. Alitamani akasimame mwezini na kuitangazia dunia. Hakuwa na uwezo huo. Alichoweza kufanya ni kuliondoa gari lake kwa mwendo wa kasi kuelekea kwenye ahadi yake iliyokuwa inafuatia.

Kwa jinsi furaha ilivyompofua, kwa jinsi matumaini yalivyomtia kichaa, Marlone hakuweza kuliona gari lingine, Toyota Mark II, ambalo lilikuwa tayari limeingia barabarani kwa mwendo wa kasi. Kilichomzindua Marlone ni sauti kubwa ya mgongano wa vyuma, uso kwa uso. Alijaribu kukimbia kwa kuchukua brief case yake na kufungua mlango lakini akajikuta akirudi kwenye kiti na kuruhusu usingizi mzito umchukue.

"*Sh*it!" alijaribu kufoka. Sauti pia haikusikika.

Sura ya Kumi na mbili

●━C━●━●●ℭ

WINGI wa magazeti yaliyoanzishwa nchini Tanzania kila kukicha ulimtia kichefuchefu Joram Kiango kwa jinsi magazeti hayo yalivyoshindwa kukidhi kiu ya wasomaji. Yote yalikuwa kama gazeti moja kwa jinsi yalivyofanana tangu rangi, ukubwa, upangaji habari hata muundo wa habari zenyewe. Yote yaliandika habari za aina moja, kama ilivyo ngoma ya mdundiko na hivyo kuishia kunyang'anyana wasomaji wa aina moja, hali ambayo ilimfanya alazimike kununua kila gazeti ili kutafuta kitu ambacho hata hakuwa na hakika kama wahariri wangekichukulia kama habari.

Hakujua anahitaji habari ipi, isipokuwa alihisi kuwa kitu kidogo sana, kama barua ya msomaji mmoja, tahariri ya mhariri mmoja, taarifa ya ripota mmoja au chochote kile kilichopata nafasi, hata kwa kubahatisha, katika moja ya magazeti hayo na ambacho kingeweza kumsaidia.

Hisia hizo zilimjia kwa nguvu zaidi tangu alipojikuta akizidi kugonga ukuta kila alipojaribu kubuni kitu gani kilikuwa kikiinyemelea Tanzania tangu alipoipata ile barua ya uongo ya mgombea urais mmoja kumzika hai mtoto wake, dhihaka ya kutumiwa mizoga ya kuku, tukio lililofuatiwa na kifo cha Bablo, ambaye bila shaka aliuawa kwa bahati mbaya; Salum aliyefia ndani ya kambi ya jeshi na kutoweka kwa msichana Lilian na King.

Alikuwa na hakika zote kuwa kuna jambo, tena la kutisha lililokuwa mahala fulani juu ya Tanzania. Alikuwa na kila hakika kuwa jambo hilo lilihusiana na uchaguzi. Hali kadhalika, aliamini kuwa, kwa njia moja au nyingine, mwandaaji au waandaaji wa jambo hilo walikusudia kumhusisha yeye kwa mabaya. Mzoga wa kuku ni ishara tosha.

Kilichomuumiza hadi sasa ni kule kutokuwa na dalili rasmi inayoonesha nini hasa kilikusudiwa na nani alikusudia.

Imani kuwa kuna jambo iliongezeka pale alipopata jina la Christopher Marlone katika kabrasha za King. Baada ya utafiti mwingi, alibahatika kukumbuka kuwa jina hilo ni la mtu aliyeishi nchini Uingereza na Ufaransa mwaka 1564 na kufariki 1593, zaidi ya miaka mia nne iliyopita! Si hilo tu, Marlone huyo alikuwa shushushu mkubwa ambaye kwa kujifanya mwanafunzi wa dhehebu la Katoliki katika Chuo cha Cambridge, Uingereza, aliweza kuipa nchi yake siri zote za ujasusi wa kidini uliokuwa ukiendelea. Aidha, kifo cha Mfaransa huyo kinaaminika kuwa kilitokana na kazi nyingine ya mashushushu baada ya kumgundua.

Kuibuka kwa jina hilo katika karne hii, katika nchi hii, hasa likiwa sehemu ya mtu ambaye aliwahi kutajwa kama mmoja wa wagombea urais, mtu ambaye alikuwa ametoweka ghafla na msichana wake kulimwongezea Joram maswali mengi zaidi ya majibu. Ana uhusiano gani na King? Ana uhusiano gani na kutoweka kwake? Anahusika au hahusiki katika tishio linalonukia? Na ni tishio lipi?

Hakuwa na jibu.

Taarifa zilizoendelea kumfikia pia hazikuwa na jibu. Alizungumza na mkewe King mara kadhaa kwenye simu na kukutana naye mara mbili. Licha ya mama huyu kukiri juu ya hofu iliyoanza kumjia kufuatia kutoweka kwa mumewe, bado hakuwa na msaada wowote.

Ni hapo Joram alipoanza kuyalaumu magazeti kwa kukosa msaada wowote hadi leo alipopata kijihabari kilichopachikwa kama kwa bahati mbaya katika moja ya magazeti hayo katika ukurasa wa ndani, MVUVI AVUA MZOGA WA BINADAMU.

...Mvuvi huyo, ambaye jina lake halijafahamika amesema kuwa nyavu zake ziliunasa mzoga huo ambao tayari umeharibika sana karibu na pwani ya hoteli ya Ndege Beach. Kuna hisia kuwa marehemu ni mwanamke...

Joram alikisoma tena kipande hicho cha habari na dakika tano baadaye akajikuta ndani ya gari lake akielekea Muhimbili.

Daktari mmoja, rafiki yake, alimsaidia si kumwona maiti peke yake, bali pamoja na kupewa maelezo ya awali ya kitaalamu juu ya mwili wa marehemu, kwamba alikuwa amekufa kabla ya kutupwa majini, amekaa chini ya maji kwa takriban siku nne au nane na kwamba umri wake haukuvuka miaka kati ya kumi na minane na ishirini na sita.

Joram hakuhitaji maelezo ya kitaalamu kumwambia kuwa marehemu huyo, ambaye sasa alibakia mifupa mitupu, baada ya nusu ya mwili wake, ikiwa pamoja na uso wake, mzima kuliwa na samaki, kuwa hakuwa mwingine zaidi ya msichana Lilian.

'Mungu amlaze pema peponi,' alisema akiondoka taratibu; kitu fulani moyoni kikimtaka aongeze mwendo au kukimbia. Hakujua ni kitu gani, hakujua akimbilie wapi.

Inspekta Kombora pia hakujitambua, hakujua kuruka ama kukimbia; ama kulia, ama kucheka; ama vyote kwa pamoja. Alihisi ubongo wake unachemka, nusura kufumua fuvu la kichwa chake kwa jambo ambalo hakulijua. Hisia za hatari zilikuwa tele akilini na rohoni mwake na ilimtesa kutojua ni hatari ipi na itatokea upande upi.

Tukio kubwa kuliko yote kisiasa, tukio la kihistoria lilikuwa usoni, tukio la wagombea wote wa urais kuketi chini ya paa moja na kuwauzia wananchi sera na uhalali wao wa kupewa dhamana ya kuendesha nchi. Kwa uzoefu wake, Kombora alihisi kuwa jambo moja au jingine lingeweza kufanyika ili kuvuruga jitihada hizo murua za ujenzi wa demokrasia ama maisha ya mgombea au wagombea yangeweza kuwa mashakani.

Kombora alifanya jitihada za ziada katika kuhakikisha usalama. Yeye binafsi alipokea na kukagua majina ya kila aliyeingia nchini, kwa barabara au kwa meli au kwa ndege. Alichunguza mwenendo wa ndege zote za kukodi na majina yote ya wapangaji wa mahotelini. Wageni katika hoteli ya Kilimanjaro walichunguzwa kwa makini zaidi. Kila mmoja alikuwa na mashushushu wanne wa kufuatilia nyendo zao usiku na mchana bila wao wenyewe kufahamu.

Tanzania room, ambamo mlikuwa mfanyike mdahalo huo mlikuwa na ulinzi wa ziada, huku kamera ya video iliyofichwa ikinasa kila anayeingia na kutoka.

Hadi hapo Kombora alikuwa hajapata taarifa yoyote ya kutisha, jambo ambalo lilimkosesha raha zaidi. Hakupenda kuamini kuwa hali ilikuwa shwari kiasi hicho, hasa kwa kuzingatia kifo cha Afande wa Jeshi, Salum, ndani ya kambi ya jeshi, ambacho kilikuwa hakijapewa ufafanuzi hadi sasa. Hali kadhalika, kutoweka kwa King ambaye alikuwa mmoja wa wagombea wa awali wa CCM; kama ilivyoripotiwa na makachero wake, wakati siri ya mkanda wa video na kiini cha kifo cha akina Salum na msaidizi wake hakijapatikana; ni jambo jingine lililokuwa likimkereketa.

Taarifa ya mzoga wa mwanamke ulioopolewa katika pwani ya hoteli ya Ndege Beach ni jambo jingine lililoitesa akili yake. Hakujua uhusiano wa kifo hicho na kutoweka kwa King, wala uhusiano wa King na hofu aliyokuwa nayo moyoni.

Kwa bahati mbaya zaidi, hakuwa na muda wa kutosha kuweza kutulia ili atafakari kwa makini mambo hayo.

Siku mbili kabla ya mdahalo, Kombora alikuwa amezeeka mara kumi zaidi huku mavazi yake yote yakimpwaya.

Hakuwa na la kufanya zaidi ya kusubiri.

Mtu mmoja zaidi alikuwa akisubiri, Kapteni Tuli Fabian wa Jeshi la Wananchi aliyeachishwa kazi kwa tuhuma za utovu wa nidhamu miaka sita iliyopita. Siku zote za maisha yake Fabian aliamini kuwa yeye ni mtu asiye na bahati hadi majuzi, nyota ya jaha ilipomshukia na kumwahidi kile ambacho alihitaji katika maisha yake; fedha na madaraka.

Akiwa mtoto pekee wa mwanajeshi, Fabian alimpoteza baba yake kwenye vita vya Uganda mwaka 1979 na mama yake kwa ugonjwa wa kipindupindu, miaka tisa iliyopita.

Kifo cha mama yake kilimvunja nguvu. Wakati huo akiwa mwanafunzi wa Chuo Kikuu cha Mlimani, baada ya kuhitimu katika Chuo cha Mafunzo ya Kijeshi cha Monduli, kifo hicho kilimfanya apoteze hamu ya masomo na maisha kwa ujumla. Aliishia kuwa mlevi, mpuuzi na mkorofi, hali iliyomfanya amalize chuo bila mafanikio. Aliporejea Monduli alijikuta akishuka badala ya kupanda hadi alipoachishwa kazi rasmi.

Alijaribu kujiunga katika vyama vya kisiasa lakini vyama vyote vilimwogopa kwa ukali wa siasa yake, kama ambavyo mwenyewe alivyovidharau kwa 'uoga' wao. Hivyo, chama chake pekee kikabakia baa ambako aliutumia muda wake mwingi akikosoa serikali na kulaani viongozi wake.

Majuzi, akiwa katika moja ya vikao hivyo aliitwa nje ya baa ambako aliongozwa hadi katika chumba kimoja cha hoteli. Huko alikuwa akisubiriwa na mtu mmoja, mweupe, aliyeufunika uso wake kwa miwani myeusi. "Nakufahamu. Naifahamu vizuri historia yako. Unaonaje ukiwa mkuu wa majeshi ya nchi hii?" aliulizwa hata kabla ya salamu.

Bila kutegemea kabisa jambo kama hilo, Fabian aliduwaa akiwa hayaamini masikio yake. Alimkazia macho msemaji huyo, ambaye alimshuku kuwa pamoja na miwani iliyoficha sura yake; nywele na ndevu alizovaa zilikuwa za bandia.

'Ametumwa?' Ni swali la kwanza alilojiuliza.

Mgeni alimtoa wasiwasi kwa kumsogezea mkoba aliokuwa ameushikilia na kumfungulia. "Zimo shilingi milioni mia tatu za kuanzia. Utazitumia kwa kuwashawishi watu. Wale ninaowahitaji kutoka kila kambi ya jeshi nimewaorodhesha. Wengine unaodhani kuwa wataafikiana nawe utawaorodhesha." Alinyamaza ili ahakikishe kama ujumbe wake umeeleweka. Halafu akaendelea, "Angalia usimpe fedha mtu yeyote ambaye hajaafiki na usitoe fedha kabla ya kuarifiwa. Kazi yako itakuwa ndogo sana. Kufyatua risasi ya kwanza. Baada ya hapo kwa msaada wa majeshi ya nje kila kambi itaangukia mikononi mwetu, halafu utatoa hotuba yako ya kwanza kwa njia ya redio na televisheni..."

Ilikuwa kama hadithi masikioni na machoni mwa Fabian. Baada ya kuachwa kwa siku mbili kusoma maandishi yote aliyowekewa na kuhakikisha kuwa fedha alizopewa hazikuwa za bandia, aliamini kuwa mgeni wake huyo, ambaye waliendelea kuwasiliana kwa nadra sana, hakuwa mwendawazimu.

Akaendelea kusubiri.

Mkuu wa Jeshi la Polisi, Mkuu wa Majeshi ya Ulinzi, Mkuu wa Usalama wa Taifa na wakubwa wengine, ambao walikuwa wameguswa na kile kifo cha Afande Salum pia walikuwa wakisubiri. Kama Kombora, kama Joram, tatizo lao ni kwamba hata wao walikuwa hawajui wanasubiri nini.

"Jihadharini," kila mmoja aliwaambia wasaidizi wake, ingawa hakuweza kwenda zaidi ya hapo.

Mtu mmoja tu alijua anachokisubiri. Akiwa maelfu ya maili kutoka Dar es Salaam, katikati ya jiji la London, King Halfan King alikuwa akiendelea kutaabika; si kwa kutojua anachosubiri bali kwa hofu ya hicho alichokuwa akikisubiri.

Hamu ya Ikulu ilikuwa imekwishamtoka kabisa kwa kujua kuwa safari yake ya kwenda huko ilitegemea mto wa damu, hali ambayo isingemfanya atulie moyoni katika maisha yake yote. Hali kadhalika, wazo la kuwa rais wa bandia, anayeishi kwa ridhaa ya mwendawazimu kama Marlone ni jambo jingine ambalo halikumwingia akilini.

Zaidi ya yote ilimsumbua kuona kuwa alikuwa hana msaada wowote wakati wagombea urais wakiwa katika hatari ya kuuawa na nchi kutumbukia katika machafuko ambayo huenda hayatakuwa na mwisho.

Kitu kimoja alikuwa na uhakika nacho, Christopher Marlone hakuwa mtu wa kuishi. Wajibu wake, kwake binafsi na kwa nchi yake, ulikuwa kuhakikisha anatoweka duniani. Ni hilo lililofanya aendelee na uamuzi wake wa kujitia ameafikiana naye katika ndoto yake ya kishetani.

Hata hivyo, ilimshangaza King kuona kinyume na kawaida yake zaidi ya saa kumi na nane zilikuwa zimepita bila kumsikia. Mdahalo ulikuwa saa arobaini tu mbele yao. Kwa kumsikia na kuijua mikakati yake kabla, King alikuwa na uhakika kuwa angepata mwanya ambao ungeyaokoa maisha yake, angeiokoa Tanzania na kumpeleka Marlone kule anakostahili kuishi - jehanamu.

Hivyo, kutomsikia, kutomwona kulizidisha hofu katika fikra za King, hasa alipoona hata ulinzi aliokuwa akiupata kwa kisingizio cha 'wasaidizi' ulikuwa haupo.

Katika kusubiri, King alijikuta akiishikashika kompyuta iliyokuwa katika moja ya vyumba vya nyumba hiyo. Baada ya kuifungua alibaini kuwa ilikuwa imeunganishwa kwenye mtandao wa Internet. Wazo likamjia mara moja. Akaita Afrika, akaita Tanzania na kuita jina ambalo siku zote lilikuwa likimjia akilini, Joram Kiango. Kama alivyotegemea jina hilo lilikuwemo, likimwelezea Joram kama 'Special detective'. Jina hilo liliambatana na namba yake ya Baruapepe ambayo King aliinukuu.

Muda mfupi baadaye, bila kujali kama Marlone angeunasa ujumbe huo au la, King alivuta keyboard na kumtumia Joram ujumbe mfupi:

Jihadharini, jambo la kutisha sana huenda likatokea kwenye mdahalo. Fanyeni kila njia kuliepusha...

Hakutaja jina lake.

Ulikuwa ujumbe wa moto. Ukiwa umethibitisha mashaka aliyokuwa nayo, Joram hakuona kama alikuwa na muda wa 'kucheza' nao peke yake. Alichofanya ni, kama King, kuondoa jina lake na kisha kuupeleka kwa Inspekta Kombora kwa hila. Yeye pia, kwa kuuona unavyotisha aliutawanya kwa wakubwa wenzake.

"Tufanye nini ... Tuahirishe mdahalo?" walijiuliza katika kikao cha dharura kilichoitishwa dakika chache baadaye.

"Tutaahirisha kwa maelezo yepi? Hisia tu? Na tutaahirisha mara ngapi? Maadam sasa tuna fununu ya hofu yetu la kufanya ni kuongeza ulinzi. Vinginevyo, mdahalo lazima uendelee," mjumbe mmoja mzito katika kikao hicho alishauri.

Kauli yake ilipata upinzani kutoka hapa na pale. Hata hivyo, ulipofikia uamuzi wa kura, ni moja tu, ya Inspekta Kombora, ambayo ilitaka mdahalo uahirishwe.

Hatimaye, siku na saa ikafika. Macho yote duniani yakaelekezwa Dar es Salaam. Hoteli ya Kilimanjaro, ambayo ilianza kusinzia, ikapata uhai wa ghafla kwa wingi wa wageni waalikwa, waandishi wa ndani na nje ya nchi, mabalozi, viongozi wa kisiasa na asasi mbalimbali, viongozi wa kidini na kadhalika.

Hali ilizidi kushamiri pale wagombea urais kutoka vyama vinne nchini; CCM, NCCR-Mageuzi, CUF na UDP walipochukua nafasi zao mbele ya vimulimuli vya kamera za televisheni, video na magazeti ya kawaida.

Wagombea wote, wakiwa wamevalia nadhifu kabisa katika vazi la suti isipokuwa mgombea wa CCM aliyevalia vazi maalum wakati huo la wana-CCM, walipendeza mbele ya umati wa watu ambao tayari uliketi kwa utulivu mbele yao.

Richard Nyaulawa, mmoja wa Wakurugenzi wa Kampuni ya *Business Care* ambao waliuandaa mdahalo huo alisimama na kutoa hotuba fupi iliyoeleza kwa nini kampuni yake imeamua kuchukua jukumu hilo.

Baadaye msimamizi wa mdahalo alitoa kanuni kadhaa ambazo waalikwa walitakiwa kuzizingatia. Kushangilia, kuzomea, kupiga makofi au kucheka ni miongoni mwa mambo ambayo aliyataja kuwa hayakustahili, amri ambayo ilivunjwa pale 'Bwana Mapesa' alipoisimamisha hotuba yake na kusema, "Chekeni, nyie sio wafungwa hapa," kauli ambayo ilifuatiwa na vicheko vingi na ukumbi mzima kuchangamka; kinyume na awali, waalikwa walipolazimika kutulia kana kwamba walikuwa kwenye ibada.

"Ni utovu wa fadhila kwa mtu yeyote anayedhani kuwa CCM haikuleta maendeleo nchini..." Benjamin William Mkapa, mgombea wa CCM, alifoka.

"...CCM imekumbatia wala rushwa. Haiwezi kuondoa tatizo sugu la rushwa nchini..." Augustine Lyatonga Mrema, wa NCCR, alinguruma.

"Chama changu kitawajaza mapesa mifukoni... " John Momose Cheya, wa UDP, aliahidi.

"Haki sawa kwa wote italetwa na CUF peke yake... " Ibrahim Lipumba, alidai.

Joram Kiango alikuwa katika mdahalo huo. Lakini hakuwa Joram Kiango ambaye watu walimfahamu. Alikuwa mwandishi wa habari wa gazeti moja changa nchini, mtu mwenye ndevu nyingi, miwani ya jua na kofia pana kichwani. Mkononi alishikilia kamera yake kubwa ambayo, badala ya kupiga picha, ilikuwa ikimvuta kila mtu kwa zamu na kumfanya amwone kwa karibu sana. Alimchunguza kila mtu kuanzia mwenendo wa macho yake, mapigo ya moyo wake na hata mkao wake. Bastola zake ndogo, mbili, zikiwa mapajani mwake, Joram alikuwa na hakika kuwa angemgundua mtu yeyote mbaya na kumuua kabla hajafanikiwa kufanya chochote alichokusudia kukifanya.

Kamera yake iliwavuta wengi. Zaidi ya vijana ishirini wa Kombora walikuwa katika ukumbi huo wakihaha. Japo Kombora mwenyewe aliketi kwa utulivu, kama waalikwa wengine, Joram nusura acheke alipomvuta katika kamera na kuhisi kuwa aliona machozi ya hofu katika macho yake. Hata hivyo, kwa watu ambao hawakujua kinachoendelea, Inspekta Kombora alionekana mtulivu kama kawaida, asiye na jambo lolote kichwani zaidi ya mjadala huo uliokuwa ukiendelea.

Kamera ya Joram pia ilikuwa na chombo cha mawasiliano. Mara kwa mara alizungumza na Nuru, ambaye leo siku ya tatu alikuwa katika ajira ya uhudumu hotelini hapo, katika sura nyingine kabisa. Yeye pia hakuwa na taarifa yoyote ya haja iliyohusiana na mdahalo huo uliokuwa ukiendelea.

Joram, ambaye akili yake ilikuwa nje kabisa ya 'blabla'

za kisiasa zilizokuwa zikiendelea kupamba moto, alivutwa na mjadala pale aliposikia watu wakicheka kwa nguvu huku mgombea wa NCCR-Mageuzi, Augustine Mrema, akiwa ameinuka kujaribu kumnyang'anya kipaza sauti mgombea wa UDP, John Cheyo, ambaye alikuwa akisema, "Huyu, msimchaguage kabisa huyu... Mtajuta... Ana fitina na kisasi huyu..." kauli ambayo ilizusha rabsha kiasi.

Joram hakuyaamini macho yake pale mdahalo ulipofika mwisho, wagombea wakaanza kuondoka, mmoja baada ya mwingine wakifuatiwa na watu wengine.

'Kitu gani kinatokea?' alijiuliza.

HITIMISHO

SIKU tatu baada ya mdahalo, Inspekta Kombora alimwagiza Joram Kiango kufika katika ofisi yake. Kwa mara ya kwanza Joram aliingia katika ofisi hiyo shingo upande, akiwa hajiamini hata kidogo.

"Kitu gani kilitokea?" Kombora alimuuliza baada ya kumkaribisha kiti na kahawa iliyokuwa ikifuka moshi mbele yake. "Nini kiini cha riwaya ya kutisha kama ile, ambayo ilituacha taabani halafu ikaishia hewani?"

Joram alimeza funda la kahawa kabla ya kumjibu Kombora taratibu, "Kitu kimoja naamini, hakukuwa na riwaya. Riwaya gani inayoweza kumchukua msichana mrembo kama Lilian na kumpeleka chini ya Bahari ya Hindi na kisha kumtoa akiwa mifupa mitupu. Riwaya gani inayoweza kumfanya mtu mzima kama Halfan King atoweke duniani kama tone la mvua baharini? Riwaya gani inayaweza kumuua askari makini kama Salum ndani ya kambi ya jeshi kwa sumu aina ile? Hapana Inspekta. Kulikuwa na kitu."

Ndani kabisa ya moyo wake Kombora pia aliamini hivyo. Alikuwa na hakika kuwa hofu iliyomkumba Joram haikuwa ya bure. Kulikuwa na jambo, kubwa na zito. Tatizo lilikuwa kujua ni jambo lipi na iwapo limefikia tamati au ndiyo kwanza linaanza. Kombora alihisi kuwa Joram pia, kinyume na kawaida yake, hakuwa na jibu.

Jibu lilikuwa dakika moja mbele yao, pale mlango ulipogongwa na kumruhusu Nuru, akiwa amefuatana na mtu mwingine nadhifu walipoingia taratibu chumbani humo. Mara moja Joram alimtambua mtu huyo kuwa hakuwa mwingine zaidi ya King Halfan King.

"Ndiyo kwanza anatua kutoka London. Alikuja moja kwa moja ofisini na nilipomweleza kuwa ulikuwa na miadi na Inspekta Kornbora aliomba nimlete mara moja," Nuru alimtambulisha mgeni huyo.

"King!" Kombora aliruka kwa furaha. "Uko hai?"

Nadhani utatusaidia kutatua kitendawili hiki!"

"Bila shaka. Mradi Inspekta unihakikishie kuwa utatumia wadhifa wako kuhakikisha kuwa sisimami kizimbani kwa kutoa ushahidi wowote ule. Yaliyonisibu ni mazito mno. Ningependa kupumzika kwa muda."

"Sidhani kama kuna jambo linaloweza kumfanya mtu asimame kizimbani hapa... Jambo hili sioni kama lina kichwa au miguu."

"Ni hadithi ndefu, Inspekta... Inatisha na kusikitisha sana. Kwa ufupi tu nchi yetu imeponea chupuchupu sana kushuhudia maafa ambayo pengine hayajapata kutokea popote duniani. Jambo la kuchekesha zaidi ni pale mimi nilipotakiwa kuwa kiongozi wa maafa haya na baadaye mkuu wa nchi hii. Kama mambo yasingekwenda kama yalivyokwenda hapa, mngekuwa mnazungumza na Rais wenu, si raia wa kawaida kama nilivyo," alisita kidogo na kuwatazama wote kwa zamu. "Sijui nianzie wapi, niishie wapi katika kulielezea tukio hili. "

"Anzia mwanzo kabisa," Kombora alimhimiza, akijiweka sawa kwenye kiti chake. Joram pia alijilaza kwenye kochi na kujiwashia sigara, akiwa amesahau kumwomba ruhusa mwenye chumba.

Nianzie wapi? King alijiuliza. Tangu aliposhuhudia mwili wa Lilian ukiwa baridi kitandani, na baadaye mwili huo kutoweka, amekuwa akiishi katika dunia nyingine kabisa. Kana kwamba hayuko duniani, isipokuwa kuzimu. Hivyo, kila tukio jipya alilichukulia kama sehemu ya jinamizi hilo lililomkumba.

Ni juzi tu alipoamini kuwa yuko huru baada ya kushuhudia katika televisheni mdahalo ambao aliamini kuwa baada ya ujumbe wake ungeahirishwa, ukiendelea kama kawaida na kumalizika kwa utulivu. Wakati huo mtekaji wake, Marlone, akiwa ametoweka bila ujumbe wowote, King alithubutu kutoka nje na kuanza kufanya mawasiliano na watu wengine. Kati ya watu hao ni benki yake ambako aliomba nakala ya mkataba wa 'muungano' wake na Marlone pamoja na taarifa ya fedha.

Kipengele kimoja katika mkataba huo kilimfurahisha sana. Kilidai kuwa iwapo mkurugenzi mmoja angekosa mawasiliano kwa zaidi ya siku tatu na mwenziwe, na benki pia kujaribu kuwasiliana naye bila mafanikio, mkurugenzi huyo angeruhusiwa kutumia fedha za kampuni kwa kiwango fulani. Kiwango ambacho kingeendelea kupanda hadi kufikia matumizi kamili iwapo miezi mitatu ingepita bila mawasiliano ya aina yoyote.

Alipotupia macho idadi ya fedha iliyokuwa katika akaunti, ndipo King alipofahamu jinsi ambavyo alikuwa ameingia katika orodha ya matajiri wakubwa sana duniani. Haikumshangaza Marlone alipotamani kununua nchi. Fedha alizokuwa nazo zilitosha kununua kitu chochote duniani.

Hitaji lake la kwanza likiwa bastola, King alichukua fedha ya kutosha, akanunua bastola kubwa 45 kutoka katika maduka ya jirani na kurejea mahala alipofikia kumsubiri Marlone ili aitimize nadhiri yake kabla ya kurejea nchini.

Zilipopita siku mbili bila ya kumwona wala kumsikia ndipo alipokodi ndege ambayo ndiyo kwanza imemfikisha hapa.

'Nianzie wapi?' alijiuliza tena akijua fika kuwa kuna mambo mengi, kama haya ya fedha, ambayo asingekuwa tayari kuyasimulia katika kikao hiki.

Ni baada ya kuyapanga maelezo yake vizuri zaidi ndipo alipoanza kueleza, akianzia mwanzo kabisa.

TAMATI

Dkt. Patrick Duffy wa hospitali ya akina mama ya Portland, katika uhai wake wa masuala ya matibabu hakupata kukutana na mgonjwa wa aina hii.

Awali alipokelewa kama mgonjwa wa kawaida baada ya kupata ajali ya gari katika barabara ya Marylebone, mtaa wa pili tu kutoka mtaa wa Great Portland, ilipo hospitali yake. Mtu wa pili aliyehusika katika ajali hiyo aliletwa huku akiwa tayari amekata roho.

Huyu alikuwa amezirai tu. Hakuwa na jeraha lolote mwilini. Vipimo vilithibitisha pia hata ndani ya mwili hakuwa na jeraha lolote. Hivyo, kwa madaktari, wakiongozwa na Dkt. Duffy, hili lilikuwa tatizo dogo la mshtuko wa ubongo ambalo mapumziko kidogo na dawa za kuchangamsha damu yangelimalizia. Lakini haikutokea kuwa hivyo. Wiki nzima sasa mgonjwa huyu alikuwa hana fahamu, hazinduki.

Tatizo la pili ilikuwa kutofahamika kwake. Alikuwa na kadi nyingi zenye majina mbalimbali kiasi kwamba hawakuweza kujua jina lake halisi ni lipi, anaishi wapi na anafanya kazi gani.

"Tufanye nini na mtu huyu?" Dkt. Duffy aliwauliza wasaidizi wake.

Sister Sue Keeble, ambaye alikuwa msaidizi maalumu wa Dkt. Duffy, alijibu mara moja, "Daktari, kama hatazinduka hadi kesho nadhani tumpeleke Comma Centre mara moja. Wao wana utaalamu mkubwa zaidi wa matatizo ya aina hii," wazo ambalo Daktari alilikubali mara moja.

Jioni hiyo, Sue Keeble, ambaye alikuwa amekabidhiwa baadhi ya vifaa vya mgonjwa huyo ambavyo havikuweza kupata nafasi katika chumba cha matibabu, aliamua kwa mara nyingine kupitiapitia baadhi ya vitu hivyo, orodha ndefu ya majina ambayo hakuelewa maana yake, kadi nyingi zenye majina mbalimbali, ramani ya nchi moja ya Afrika Mashariki na kadhalika. Hakuna kilichomvutia.

Pamoja na vitu hivyo, ilikuwemo kamera moja kubwa ambayo Keeble alishangazwa na uzito wake pale alipoiinua na kujaribu kuchungulia katika lenzi. Wakati akiishikashika mlango wake uligongwa na jirani yake, Brown Keagan, anayemiliki studio zisizopungua arobaini katika miji mbalimbali ya Uingereza, aliingia. Yeye pia, ambaye ni mpenzi sana wa vifaa vyote vya picha alishangazwa na kamera hiyo.

"Katika maisha yangu yote ya biashara ya picha sijapata kuona kamera kama hii," alisema baada ya kuelezwa kuwa mwenyewe alikuwa taabani hospitali. Alimshawishi Keeble hadi akakubali kumruhusu aondoke nayo ili akaichunguze zaidi kwa ahadi ya kuirejesha baadaye.

Toka hapo Keagan alikuwa na safari ya kwenda uwanja wa ndege, Heathrow, ambako angempokea mchumba wake aliyekuwa akitokea Lithuania. Aliamua kwenda na kamera hiyo ili wakati wa kusubiri aendelee kuichunguza na ikiwezekana aitumie kumpiga picha mchumba wake wakati akishuka kwenye ndege.

Alifika uwanjani robo saa kabla ya muda wa ndege yake kutua. Akaingia kwenye baa moja ndogo uwanjani hapo na kujiagizia kahawa, ambayo aliinywa taratibu huku akiihangaikia kamera hiyo; ilifunguka na lenzi nne zilizosimama kama mitutu ya bastola kuchomoza kuelekea mbele. Brown alivutiwa zaidi. Akachungulia tundu la kupigia picha na kuona jinsi watu wote waliokuwa mbele yake walivyovutwa karibu.

Kitu fulani kilimpa Keagan hamu ya kubonyeza tufe la kufotolea. Alisogeza kidole chake cha shahada na kufanya kama anafotoa. Hakupata muda wa kujutia kitendo hicho. Mlipuko mkubwa ulitokea na kufuatiwa na kuanguka kwa zaidi ya watu wanne waliokuwa mbele yake wakiwa maiti, huku miili yao ikiwa imeharibika vibaya kwa risasi. Keagan mwenyewe kichwa na sehemu kubwa ya kifua chake kilifumka na kutawanyika huko na huko. Kiwiliwili chake kiliduwaa kwa muda juu ya kiti kabla hakijaporomoka na kudondokea chini ya meza. Kamera hiyo pia ililipuka na kutawanyika vipandevipande hadi mtu asiweze kujua chanzo cha ajali hiyo.

Watu wote uwanjani hapo, ikiwa pamoja na majeruhi sita, walikimbia huko na huko wakitetemeka, bila kusikiliza sauti ya king'ora ambacho kilikuwa kikimhimiza kila mtu kutoka nje ya uwanja, kuwapa nafasi wataalamu wa mabomu ili kufanya uchunguzi zaidi.

Sue Keeble hakufahamu juu ya kifo cha Keagan hadi kesho yake jioni. Kutwa nzima alikuwa akihangaika na wagonjwa wake. Yule pale njia ya mkojo imeziba, huyu kibofu hakifanyi kazi, huyu hapa anahitaji kutobolewa tumboni ili haja ndogo itoke na kadhalika. Hivyo, ingawa chumba chake kilikuwa na televisheni na ingawa aliletewa magazeti ya asubuhi na ya mchana hakuyatupia jicho kabisa.

Ilikuwa jioni sana, wakati akijiandaa kutoka, alipotupia macho moja ya magazeti haya. Kichwa cha habari, kwenye gazeti la Daily Telegraph ingawa kilikuwa cha kutisha 'WATATU WALIPULIWA NA BOMU UWANJA WA NDEGE' lakini hakikumshtua sana. Iliyomvuta ni picha ya msichana mmoja, aliyesimama kando ya mwili wa mmoja wa marehemu hao, akiwa ameshikiliwa na polisi, akilia. Picha hiyo ilimshtua. Ilikuwa picha ya Angel, mchumba wake Keagan, binti mpole ambaye Keeble aliondokea kumpenda sana.

Akaketi na kuanza kuisoma tena habari hiyo.

'...Yaelekea NRA ambao siku za karibuni walipunguza kasi ya kampeni zao za kishetani wameanza tena, kutokana na vifo vya raia watano wasio na hatia, waliouawa leo katika uwanja wa kimataifa wa Heathrow. Polisi wanaendelea na uchunguzi wa bomu lililotumika, ambalo mabaki yake hayajapatikana... '

Machozi, ambayo ni nadra sana kuonekana katika uso wa Keeble, yalimiminika juu ya mashavu yake.

Mgonjwa wao aliendelea kuishi bila fahamu kwa miezi sita iliyofuatia. Julai mosi ya 1987 alimshangaza nesi wa zamu kwa kupata fahamu ghafla. "Niko wapi hapa?" aliuliza kwa sauti dhaifu.

Nesi, ambaye alipatwa na mshtuko uliochanganyika na furaha, alijaribu kumweleza kila alilojua juu yake.

Ilikuwa dhahiri kuwa Marlone alikuwa hamsikilizi Kwani aliendelea kuuliza, "Niko wapi? Iko wapi nchi yangu? Yuko wapi rais wangu?" aliendelea kufoka.

Alipoona nesi hamwelewi, alijaribu kuinuka. Udhaifu aliokuwanao, na mipira ya chakula na maji iliyopenyezwa mwilini mwake vilimfanya ashindwe kuinuka. Alimtazama nesi kwa upole zaidi na kumwuliza taratibu, "Nesi, niambie tafadhali, uchaguzi tayari Tanzania? Rais ni nani?"

Nesi alikuwa na hakika moja tu, kuwa mtu aliyewasumbua kipindi chote hicho kuyaokoa maisha yake alikuwa mgonjwa wa akili. Hivyo, alikwenda chumba cha pili ambako aliwapigia simu walinzi wa hospitali akiwataka kujihadhari na baadaye kumwarifu daktari wa zamu.

Nesi huyo na daktari wake waliporudi katika chumba cha mgonjwa walikuta kitanda kikiwa kitupu! Mgonjwa wao alikuwa ametoweka! Walitazamana kwa mshangao.

Printed in the United States
By Bookmasters